സ്വാമി വിവേകാനന്ദൻ
പറഞ്ഞ സ്ഥലം

swami vivekanandan paranja sthalam
poems

•

karumam m neelakantan

•

first edition
september 2019

•

published
chintha publishers, thiruvananthapuram

•

typesetting
star communications, thiruvananthapuram

•

cover
vinod mangoes

വിതരണം

ദേശാഭിമാനി ബുക്ക് ഹൗസ്

H O തിരുവനന്തപുരം-695 035
phone: 0471-2303026, 6063026
www. chinthapublishers. com
chinthapublishers@gmail. com

ബ്രാഞ്ചുകൾ

ഹെഡ്ഡാഫീസ് ബ്രാഞ്ച് കുന്നുകുഴി • സ്റ്റാച്യു തിരുവനന്തപുരം • കെ എസ് ആർ ടി സി ബസ് സ്റ്റേഷൻ ആലപ്പുഴ • കെ എസ് ആർ ടി സി ബസ് സ്റ്റേഷൻ എറണാകുളം • മച്ചിങ്ങൽ ലെയ്ൻ തൃശൂർ • ഐ ജി റോഡ് കോഴിക്കോട് • മാവൂർ റോഡ് കോഴിക്കോട് • എൻ ജി ഒ യൂണിയൻ ബിൽഡിങ് കണ്ണൂർ • സെൻട്രൽ ബസ് ടെർമിനൽ കോംപ്ലക്സ് താവക്കര കണ്ണൂർ

CO - 2849 / 5116
ISBN - 978-93-89410-10-5

സ്വാമി വിവേകാനന്ദൻ പറഞ്ഞ സ്ഥലം

(കവിതകൾ)

കരുമം എം നീലകണ്ഠൻ

ചിന്ത പബ്ലിഷേഴ്സ്
തിരുവനന്തപുരം-695 035

കരുമം എം നീലകണ്ഠൻ

1952 ൽ കരുനാഗപ്പള്ളിയിൽ ജനനം. അച്ഛൻ: മഹാദേവ അയ്യർ വി, അമ്മ: ജയലക്ഷ്മി അമ്മാൾ സി. തിരുവനന്ത പുരം, കൊല്ലം തൃശൂർ ജില്ലകളിൽ വിദ്യാഭ്യാസം. സംസ്ഥാന സെക്രട്ടേറിയറ്റിൽനിന്ന് 2007 ൽ അഡീഷണൽ സെക്രട്ടറിയായി വിരമിച്ചു. ഇപ്പോൾ തിരുവനന്തപുരത്ത് താമസം.

പുരസ്കാരങ്ങൾ: സർക്കാർ ഉദ്യോഗസ്ഥർക്കുവേണ്ടി നട ത്തപ്പെട്ട കഥാമത്സരത്തിൽ രണ്ടാം സമ്മാനം (രചന, സെക്ര ട്ടേറിയറ്റ്) സംസ്കാരകലാസാഹിത്യവേദി പുരസ്കാരം, വിതുരോദയം സാഹിത്യവേദി പുരസ്കാരം, നവരസം സംഗീതസഭ ഗോവിന്ദ് രചനാ അവാർഡ്, കേരള സ്റ്റേറ്റ് സർവ്വീസ് പെൻഷനേഴ്സ് യൂണിയൻ നടത്തിയ കഥാമത്സര ത്തിൽ രണ്ടാം സ്ഥാനം (2015).

കൃതികൾ: *ശാന്തിപർവ്വം* (നാടകം), *ഉപകാരസ്മരണ, ദീന ദയാളൊ* (കഥാസമാഹാരം), *അശരീരി, ഒളിക്യാമറ* (കവി താസമാഹാരം), *ത്രിപഥഗമനം* (ഹൈക്കു കവിതാസമാ ഹാരം)

ഭാര്യ : ലക്ഷ്മി ടി കെ
മകൾ : ഡോ. മൃദുല എൻ
മരുമകൻ : ഹരി ആർ
പേരമകൻ : അഭിഷേക് എച്ച്
വിലാസം : ശ്രീഹരി, വി എൻ ആർ എ – 48 എ
കരുമം പി ഒ, തിരുവനന്തപുരം –695002
ഫോൺ : 9447828874

ഉള്ളടക്കം

പ്രസാധകക്കുറിപ്പ്

സമകാലിക സമൂഹത്തിന്റെ നേർചിത്രങ്ങളെ അതിലളിതമായ ഭാഷയിൽ അവതരിപ്പിക്കുന്ന കവിതകളുടെ സമാഹാരമാണ് *സ്വാമി വിവേകാനന്ദൻ പറഞ്ഞ സ്ഥലം.* പുരോഗമനാത്മക സമൂഹത്തിൽ നിറയുന്ന ജാതി-മത വർഗ്ഗീയതകളിൽ അസ്വസ്ഥനാകുന്ന കവിയുടെ നൊമ്പരങ്ങളും പ്രതിഷേധങ്ങളും ഈ കവിത സമാഹാരത്തിൽ ദർശിക്കാം. ഗദ്യ കവിതയുടെ പുതിയൊരു പന്ഥാവ് തുറക്കുന്ന *സ്വാമി വിവേകാനന്ദൻ പറഞ്ഞ സ്ഥലം* വായനാ സമൂഹത്തിനായി സമർപ്പിക്കുന്നു.

ചിന്ത പബ്ലിഷേഴ്സ്

ആമുഖം

“**വാ**യിക്കുന്നവർക്ക് മനസ്സിലാവുന്നില്ലെങ്കിൽ പിന്നെ എന്തിനാണെഴുതുന്നത്?” പ്രൊഫ. പന്മന രാമചന്ദ്രൻ നായരുടെ ഈ ചോദ്യത്തിനുള്ള ഉത്തരം അത്ര ലളിതമല്ല!

സ്വാമി വിവേകാനന്ദൻ പറഞ്ഞ സ്ഥലം എന്ന ഗദ്യകവിതാസമാഹാരം എന്റെ ഏഴാമത്തെ കൃതിയാണ്. കവിത ഒന്നേയുള്ളൂ. അതിനെ ഗദ്യമെന്നോ പദ്യമെന്നോ വേർതിരിക്കേണ്ടതില്ല എന്ന് പ്രശസ്ത സാഹിത്യകാരൻ ശ്രീ. നീല പത്മനാഭൻ അഭിപ്രായപ്പെട്ടിട്ടുണ്ട്. ഞാനും യോജിക്കുന്നു.

എന്റെ സാഹിത്യതാല്പര്യങ്ങൾക്ക് പ്രോത്സാഹനം നല്കിയിട്ടുള്ള നിരവധി പേരുണ്ട്. പ്രശസ്തരും അപ്രശസ്തരും. അനന്തപുരിയിലെ അനേകം സാഹിത്യസാംസ്കാരിക കൂട്ടായ്മകളിലൂടെ എത്രയെത്ര സാഹിത്യകാരന്മാരെയാണ് എനിക്കു സുഹൃത്തുക്കളായി ലഭിച്ചിട്ടുള്ളത്! അതിൽ തൊണ്ണൂറിനടുത്തെത്തിയവരും ഉണ്ട്! അതുപോലെ Secretariat Elder’s Association of Kerala (SEAK) എന്ന സംഘടന. എല്ലാവരോടുമുള്ള നന്ദി ഹൃദയത്തിൽ സൂക്ഷിക്കുന്നു.

എന്റെ മുൻകൃതികൾക്ക് അവതാരികകളും ആസ്വാദനക്കുറിപ്പുകളും നല്കിയ പ്രശസ്തരായ സ. ശ്രീ. നീല പത്മനാഭൻ, ഡോ. ജോർജ്ജ് ഓണക്കൂർ, ഡോ. പി സേതുനാഥൻ, പാലോട് വാസുദേവൻ നായർ, തിരുമല ശിവൻകുട്ടി, പി ആർ വിജയകുമാർ ഇവരോടുള്ള കൃതജ്ഞത നിസ്സീമമാണ്. ഈ കൃതി പ്രസിദ്ധീകരിക്കുന്നതിനു വേണ്ട മാർഗ്ഗനിർദ്ദേശങ്ങൾ നല്കിയത് പ്രശസ്ത കവി ശ്രീ. തിരുമല ശിവൻകുട്ടിയാണ്.

വളരെ ചുരുങ്ങിയ സമയംകൊണ്ട് കവിതകളുടെ “ആന്തരം” കണ്ടെത്തി സമുജ്ജ്വലമായ അവതാരിക എഴുതിത്തന്ന ഡോ. ജെസി നാരായ

ണനോടുള്ള സ്നേഹാദരങ്ങൾ രേഖപ്പെടുത്തുന്നു. പുരോഗമനപരമായ ആശയങ്ങൾക്കുവേണ്ടി നിലകൊള്ളുന്ന പ്രമുഖ പ്രസാധകരായ ചിന്ത പബ്ലിഷേഴ്സ് എന്റെ പുസ്തകം സ്വീകരിച്ചതിൽ അതിയായ സന്തോഷവും നന്ദിയും ഉണ്ട്.

എഴുത്തിന് എന്നും പ്രോത്സാഹനം നല്കിപ്പോരുന്ന കുടുംബത്തോടുള്ള സ്നേഹം ഞാനിവിടെ കുറിക്കുന്നു.

ഏതൊരു കൃതിയുടെയും മാറ്റുരച്ചു നോക്കുന്നത് പ്രബുദ്ധരായ വായനക്കാരാണ്. *സ്വാമി വിവേകാനന്ദൻ പറഞ്ഞ സ്ഥലം* എന്ന കവിതാസമാഹാരം നിറഞ്ഞ പ്രതീക്ഷയോടെ സമർപ്പിക്കുന്നു.

കരുമം എം നീലകണ്ഠൻ

അവതാരിക

സാഹിത്യം, അതുണ്ടാവുന്ന കാലഘട്ടത്തിന്റെ രൂപഭാവങ്ങളോട് ബന്ധപ്പെട്ടു കിടക്കുന്നു. ഈ ഉൾക്കാഴ്ചയുടെ അടിസ്ഥാനത്തിൽ സാഹിത്യനിരൂപണം നടത്തിയിരുന്ന ജോസഫ് മുണ്ടശ്ശേരിയുടെ നിരീക്ഷണങ്ങളോട് ചേർന്നുനിന്നുകൊണ്ടാണ് ഞാൻ കരുമം എം നീലകണ്ഠന്റെ കവിതകളെ സമീപിക്കുന്നത്. സമകാലിക ചുറ്റുപാടിൽ നിന്ന് ആശയം ഉൾക്കൊണ്ടെഴുതിയ ഗദ്യകവിതകളുടെ സമാഹാരമാണ് *സ്വാമി വിവേകാനന്ദൻ പറഞ്ഞ സ്ഥലം.* അതെ, നവോത്ഥാനത്തിനു മുമ്പുള്ള ആ പഴയ കേരളത്തിലാണ് നാം വീണ്ടുമെത്തി നില്ക്കുന്നതെന്ന് ഇതിലെ കവിതകൾ നമ്മെ ഓർമ്മപ്പെടുത്തുന്നു.

അടുത്ത കാലത്ത് നവോത്ഥാന മൂല്യങ്ങളെയെല്ലാം അട്ടിമറിച്ചു കൊണ്ട് ഇവിടെ നടന്ന കോലാഹലങ്ങൾ പരിശോധിക്കുമ്പോഴാണ് കവി പറഞ്ഞ സത്യം - വിവേകാനന്ദൻ പറഞ്ഞ സ്ഥലം - എന്ന സത്യം നാം അംഗീകരിച്ചുപോകുന്നത്. ഒരു മഹാപ്രളയത്തിന്റെ തിരിച്ചടിയിൽ ഈ നാട് ഒട്ടുനേരം ഒരേ മനസ്സായി കൈകോർത്തുനിന്നു. പിന്നെയോ? പഴയ കലാപരിപാടിയിലേക്ക് വീണ്ടും തിരിച്ചുപോയി!

തന്റേതായ വേറിട്ട ചിന്തയുടെ ആഴങ്ങളിൽനിന്നാണ് എം നീലകണ്ഠൻ എന്ന കവി ഓരോ കാവ്യമുത്തും മുങ്ങിയെടുത്തു കൊണ്ടുവരുന്നത്. ആധുനികോത്തര ഭൂമികയിൽനിന്നുകൊണ്ടാണ് കവി തന്റെ ചുറ്റുമുള്ള കാഴ്ചകളെയും അനുഭവങ്ങളെയും സംഘർഷങ്ങളെയും തന്റെ തൂലികകൊണ്ട് ഒപ്പിയെടുക്കുന്നത്. ഭ്രാന്താലയസമാനമായ അന്തരീക്ഷത്തിലെ അസ്വാസ്ഥ്യങ്ങളിൽനിന്നുള്ള മോചനോപാധിയായിട്ടാണ് കവി തൂലിക ഉപയോഗിക്കുന്നത്. ആഴിയുടെ അടിത്തട്ടിലുണ്ടാകുന്ന സമ്മർദ്ദങ്ങൾ ഇടയ്ക്കിടെ വൻതിരകളായി ഉയർന്നുപൊങ്ങുന്നതുപോലെയാണ്

ഓരോ കവിതയും രൂപംകൊണ്ടിട്ടുള്ളത്. അത് അനുവാചകനു മുമ്പിൽ എല്ലാ രസങ്ങളോടും കൂടി വിളമ്പാനുള്ള കലയും ഈ കവിക്കു സ്വന്തം.

കവിത പറയുന്നതൊന്നും
വായനക്കാർക്കു മനസ്സിലാകുന്നതു
മറ്റൊന്നുമായാൽ
ആഹാ! മഹത്തരം! (കവിത)

കവി തന്റെ കാവ്യദർശനത്തെക്കുറിച്ചു വെളിപ്പെടുത്തുന്ന 'കവിത' എന്ന കവിതയിൽ നർമ്മരസത്തിൽ പൊതിഞ്ഞ് പറയുന്നതിതാണ്. കവിത നിഗൂഢതകളില്ലാത്തതായിരിക്കണം. അത് സംസ്കൃത പണ്ഡിതരുടെ പ്രസംഗം പോലെ പാണ്ഡിത്യം വിളമ്പുന്നതാവരുത്. വിദേശീയരുടെ മുന്നിലെ കഥകളിപോലെ പിടികിട്ടാത്തതാവരുത്.

ഗദ്യകവിതയ്ക്ക് ഒഴുക്കില്ല ഈണമില്ല എന്നൊക്കെയുള്ള കുറവുകളെ ഒട്ടൊക്കെ മറികടക്കുന്നുണ്ട് എം നീലകണ്ഠന്റെ കവിതകൾ. തട്ടും മുട്ടുമില്ലാതെ പാടിപ്പോകാനാവുന്ന, ഈണം വേണമെങ്കിൽ മൂളിപ്പാടിപ്പോകാവുന്ന കാവ്യകല്ലോലിനി.

ഒരു മഹാപാഠശാലയിൽനിന്നാണ് കവി തന്റെ പ്രയാണം ആരംഭിക്കുന്നത്. നമ്മുടെ വിദ്യാഭ്യാസം എത്രമാത്രം വികൃതമായിരിക്കുന്നുവെന്ന ഞെട്ടിപ്പിക്കുന്ന സത്യം കവി വെളിപ്പെടുത്തുമ്പോൾ,

"ലാഭമേകാത്ത വിദ്യാലയങ്ങൾ
പൂട്ടി ഇടിച്ചു നിരത്തി
ഫ്ളാറ്റുകൾ പണിയണമെന്ന്
വാദിക്കുന്നവർക്കിടയിൽ
ഹേ, അങ്കേ ഗൗഡ
താങ്കളൊരു മഹാപാഠശാലയല്ലോ!"

ഇവിടെ നാം തിരിച്ചറിയുന്നു വിദ്യാഭ്യാസം എന്ന കച്ചവടച്ചരക്കിനെ. അറിവിന്റെ ഗ്രന്ഥപ്പുരകളെ മണ്ണുമാന്തികളെക്കൊണ്ട് നാമാവശേഷമാക്കി ലാഭകരമായ ബിസിനസിന് മണ്ണൊരുക്കുന്ന കാഴ്ചയാണ് മഹാപാഠശാലയിൽ കാണുക.

എല്ലാ കവികളും തത്ത്വചിന്തയുടെ ഉപാസകരാണ്. 'നീതിമാൻ' എന്ന കവിതയിലൂടെ കവി നമ്മോട് സംവദിക്കുന്നത് തത്ത്വചിന്തയിൽനിന്നും കടഞ്ഞെടുത്ത സത്യവേദങ്ങളാണ്. മനുഷ്യൻ എത്ര മഹാനാണെങ്കിലും നീതിമാന്റെ കുപ്പായമണിയാനുള്ള വ്യഗ്രതയിൽ സ്വന്തം കുറ്റങ്ങളെ ന്യായീകരിക്കും. ഉപേക്ഷിക്കപ്പെട്ട സീതയും പൊതുസദസ്സിൽ അപമാനിക്കപ്പെട്ട പാഞ്ചാലിയുമൊക്കെ നീതിമാന്മാരുടെ ഇരകളാണ്. നീതിമാന്മാരുടെ മുഖംമൂടിയഴിഞ്ഞു വീഴുന്ന ഈ കവിത പുരുഷാധിപത്യ സമൂഹത്തിലെ സ്ത്രീയവസ്ഥയെയും വ്യംഗ്യേന പരാമർശിക്കുന്നു. മനുഷ്യന്റെ സ്വാർത്ഥതയ്ക്ക് 'വധു' എന്ന കവിതയും ദൃഷ്ടാന്തമാകുന്നുണ്ട്. സ്വാർത്ഥനായ പിതാവ് വിവാഹിതനാകാൻ പോകുന്ന മകനു നല്കുന്ന ഉപദേശം എത്ര വിചിത്രമാണെന്നു നോക്കൂ:

വധു, അവൾ;
"ഭർത്താവിന്റെ അച്ഛനെ
അനുസരിക്കാൻ
തയ്യാറാവണം;
എല്ലാ അർത്ഥത്തിലും!"

ഏറ്റവും ആധുനികമെന്ന് നാം ഊറ്റം കൊള്ളുന്ന ഡിജിറ്റൽ യുഗത്തിൽ മനുഷ്യൻ എന്ന സാമൂഹികജീവി ചുരുങ്ങിച്ചുരുങ്ങി സ്മാർട്ട് ഫോൺ എന്ന ഷെല്ലിനുള്ളിലേക്ക് വലിഞ്ഞുകയറിയിരിക്കുന്ന ദൃശ്യം പകർത്തിയ 'മാറ്റം' ഈ സമാഹാരത്തിലെ സവിശേഷ ശ്രദ്ധയാകർഷിക്കുന്ന കവിതയാണ്. മനുഷ്യസമൂഹത്തിനു സംഭവിച്ചിരിക്കുന്ന ഈ അപചയം ഒരുവശത്ത് കുറിച്ച കവി മറുവശത്ത് ഭൂതകാലത്തിൽ ജീവിക്കുന്ന പിന്തിരിപ്പന്മാരിലേക്ക് ഇറങ്ങിച്ചെല്ലുന്നതു കാണാം. ശരിതെറ്റുകൾ ഭൂതത്തിലും വർത്തമാനത്തിലുമുണ്ട് എന്ന വസ്തുതയാണ്. 'അറിവ്' എന്ന കവിതയിലൂടെ പങ്കുവയ്ക്കുന്നത്.

ആധുനികതയുടെ മറ്റൊരു ഉപോല്പന്നമായ വയോജന കേന്ദ്രങ്ങളെ ചുറ്റിപ്പറ്റി ഒരു പിടി കവിതകളെഴുതിയിട്ടുണ്ട് എം നീലണ്ഠൻ. കണ്ണീരു കലർന്ന മഷിയിൽ മുക്കിയാണ് ആ വരികൾ രചിച്ചിരിക്കുന്നത്. 'വിറ്റ വില'യിൽ ആ രോദനം കേൾക്കാം. ദൂരദേശവാസികളായ മക്കളെയും കാത്തുകാത്തിരിക്കുന്ന അമ്മ ഒരു കള്ളന്റെ ആക്രമണത്തിൽ കൊല്ലപ്പെടുന്നതും അത്രയും നാൾ ലീവില്ല ലീവില്ല എന്ന പല്ലവി ആവർത്തിച്ച മക്കൾ അപ്പോൾ ഓടിയെത്തുന്നതും പതിനാറും കഴിഞ്ഞ് പിരിയുമ്പോൾ തറവാടു വിറ്റവിലയുമായി അവർ സ്ഥലം വിടുന്നതും ഈ കവിതയിൽ പകർത്തിയിരിക്കുന്നു. ഇന്നത്തെ നിത്യക്കാഴ്ചകളാണിതെല്ലാമെങ്കിലും ഹൃദയത്തിലേക്കൊരു പൊൻകമ്പി കുത്തിയിറങ്ങും ഈ സത്യം കേൾക്കുമ്പോൾ.

ശാസ്ത്രത്തിൽ അടിയുറച്ചുവിശ്വസിക്കുന്ന കവിയെ ഇതിലെ പല കവിതകളിലും കണ്ടുമുട്ടുന്നുണ്ട്. ദൈവത്തെക്കുറിച്ചുള്ള സങ്കല്പങ്ങൾക്ക് അടിസ്ഥാനമില്ലെന്നും ശാസ്ത്രമാണ് സത്യമെന്നും വിളിച്ചോതുന്ന 'സന്ദേഹം' എന്ന കവിതയിൽ കവി വിശ്വാസത്തെ ചോദ്യം ചെയ്യുന്നത് അങ്ങേയറ്റത്തെ ലാഘവത്തോടെയാണ്.

"നിർണ്ണായക നിമിഷങ്ങളിൽ
കൈവിടുന്നു ദൈവമെങ്കിൽ
വിശ്വാസത്തിന്നെന്തർത്ഥം?" (സന്ദേഹം)

ശാസ്ത്രബോധമുണ്ടെങ്കിലും, ഈശ്വരനെ പേടിയുള്ളതുകൊണ്ടു മാത്രം യുക്തിവാദിയാകാത്ത സന്ദേഹികളുടെ പ്രതിനിധിയാണ് കവിയും. ഇങ്ങനെ പല വേഷക്കാരായ, പല സ്വഭാവക്കാരായ ഒട്ടേറെ മനുഷ്യമുഖങ്ങളെ കവി അടയാളപ്പെടുത്തുന്നുണ്ട്. പ്രശസ്തിക്കുവേണ്ടിയുള്ള ആർത്തിമൂത്ത് ആപല്ക്കരമായ ഇടങ്ങളിലേക്കുപോലും എടുത്തുചാടുന്നവർ (മണ്ടൻ), കപട ആദർശങ്ങളുടെ ലോകത്ത് സത്യത്തെയും

ധർമ്മത്തെയും മുറുകെപ്പിടിച്ച് ജീവിക്കാൻ മറന്നുപോവുകയും ഒടുവിൽ അനാഥനായിത്തീർന്നവൻ (അയാൾ), ജയിലറകളേക്കാൾ ഭീകരമായ ലേബർ കോളനികളിൽ കാറ്റും വെള്ളവും വെളിച്ചവുമില്ലാതെ നിലനില്പിനായി കഠിനാദ്ധ്വാനം ചെയ്യുന്ന പ്രവാസി (മൃഗോപമം), തൊട്ടതിനെല്ലാം ജ്യോൽസ്യോപദേശം തേടി, പ്രതിവിധികൾ കുറിച്ചു വാങ്ങി, ദക്ഷിണ നല്കി, വീണ്ടും വീണ്ടും അനർത്ഥങ്ങളുടെ കുഴിയിൽ വീണിട്ടും ഒന്നും പഠിക്കാത്ത വിശ്വാസി (ഇളകാത്ത വിശ്വാസം), ഒരേ കെട്ടിടത്തിന്റെ രണ്ടു നിലകളിലായി താമസിക്കുന്നവരെങ്കിലും പരസ്പരം പേരുചോദിക്കാൻ പോലും വിമുഖത കാട്ടുന്ന അയൽവാസികൾ (പേര്), ആധുനികമാധ്യമതരംഗങ്ങളുടെ പിരിമുറുക്കങ്ങൾക്കിടയിലകപ്പെട്ട് ഉറക്കംകെട്ടുപോയ പ്രേക്ഷകൻ (നിദ്ര),.... തീർന്നില്ല; വിശപ്പടക്കാൻ ഒരുപിടി അരി കവർന്നെന്ന കുറ്റമാരോപിച്ച് ഒരു നിസ്സഹായനെ വിചാരണ ചെയ്ത് തച്ചു കൊല്ലുന്ന മനുഷ്യമൃഗങ്ങളെവരെ അനുവാചകനുമുന്നിൽ നിരത്തി നിർത്തിക്കൊണ്ട് കവി ഒരു ദീർഘനിശ്വാസമുതിർക്കുന്നു. ഇവിടെയാണ് ആത്മസംഘർഷങ്ങളെ നേരിടാനുള്ള ആയുധമായി തൂലിക മാറുന്നത് നാം കാണുക.

സ്ത്രീ-പരിസ്ഥിതി-ദളിത് പ്രശ്നമുഖങ്ങൾ ലോകസാഹിത്യത്തിന്റെ ഉഴവുചാലായി മാറിയിട്ട് നാലു പതിറ്റാണ്ടാവുന്നു. എം നീലകണ്ഠനും ആ സംഘർഷഭൂമിയിൽനിന്ന് വഴിമാറിപ്പോകാനാവുന്നില്ല.

മാതൃത്വം ഒരേ സമയം അലിവും ദുരന്തവുമാകുന്നത് 'ഏകാകിനി', 'വിറ്റവില' തുടങ്ങിയ കവിതകളിൽ കാണാനാവും. 'ഇടമെവിടെ' എന്ന കവിതയിൽ "മകളേ പുറത്തിറങ്ങരുത്" എന്ന് ആവർത്തിച്ചുകൊണ്ടിരിക്കുന്ന മാതൃശബ്ദമാണ് കേൾക്കുന്നത്. ചുറ്റുമുള്ളത് അന്യമതക്കാർ, അന്യരാഷ്ട്രീയക്കാർ, കലാപകാരികൾ, അന്യദേശക്കാർ, പെൺവാണിഭക്കാർ, മാംസദാഹികൾ... വേട്ടക്കാരൻ ഏതുനിമിഷവും ചാടിവീഴാം... എവിടെയാണ് സ്ത്രീസുരക്ഷ എന്ന ഉത്തരം കിട്ടാത്ത ചോദ്യം ഒളിഞ്ഞിരിപ്പുണ്ട് ഈ കവിതയിൽ.

കാലത്തിന്റെ മറ്റൊരു ദുരന്തമുഖമായ പാരിസ്ഥിതികനാശം ഈ സമാഹാരത്തിലെ ശ്രദ്ധേയമായ പ്രമേയമാണ്. കവി നമ്മെ കൂട്ടിക്കൊണ്ടുപോയി കാണിച്ചുതരുന്ന കാഴ്ചകൾ നടുക്കമുണ്ടാക്കുന്നവയാണ്. പുഴയൊഴുകിയിരുന്നിടത്ത് വിമാനങ്ങൾ പറന്നിറങ്ങുന്നതും (ത്വരിതവികസനം), കൃഷിഭൂമികളിൽ വിഷമഴ പെയ്യിച്ച് മാരകരോഗങ്ങൾ വിതയ്ക്കുന്നതും (എളുപ്പവഴി) സ്വാർത്ഥരായ മനുഷ്യർ പ്രകൃതിയെ കൊള്ളയടിച്ച് വിവസ്ത്രയാക്കുന്നതും (ഉന്നം) ആ കാഴ്ചകളിൽ ചിലതുമാത്രം. പ്രളയംകൊണ്ടും മനുഷ്യൻ ഒന്നും പഠിച്ചില്ലെന്ന് കവി പരിഭവിക്കുന്നുണ്ട്. അവർക്കായി ആസന്നമായ മറ്റൊരുഭീകര ദുരന്തത്തിന്റെ സൂചന നല്കുകയാണിവിടെ.

ഇവർക്കിടയിൽ ചില നിസ്സഹായരായ മനുഷ്യർ. ദളിത് യുവാവായ മധുവിന്റെ ഗദ്ഗദ ചിത്രം കവി നമ്മെ ഓർമ്മപ്പെടുത്തുന്നുണ്ട്. ജീവിക്കാൻ

പാടുപെടുന്നവരുടെ, നിലനില്പിനായി കഷ്ടതയനുഭവിക്കുന്നവരുടെ ഒക്കെ ദാരുണാവസ്ഥകൾ കവിതയിൽ ഇടംപിടിച്ചിരിക്കുന്നു.

ബഹുസ്വരതയുടെ വിളനിലമായ ഇന്ത്യയുടെ ഇന്നത്തെ അവസ്ഥയിൽ വിലപിക്കാൻ മാത്രമേ കവിക്കാവുന്നുള്ളൂ. 'രാഷ്ട്രം പിതാവിനോട്' എന്ന കവിതയിൽ ആ വിലാപം കേൾക്കാം.

"ബുദ്ധിയും ശാസ്ത്രവും
ഗോളാന്തരയാത്രകൾ
നടത്തുമ്പോഴും
മാനവർ ശിലായുഗത്തിലേക്കു
പിൻനടക്കുന്നതെന്തേ?
അങ്ങയുടെ മെല്ലിച്ച ശബ്ദം
ഇനിയൊരിക്കലും കേൾക്കില്ലെങ്കിലും
സത്യവും സ്നേഹവും
ഊടും പാവും നെയ്ത
ആ ശബ്ദത്തിന്റെ
മാറ്റൊലിയെങ്കിലും..
ഹതാശയാകാതെ
കാത്തിരിക്കുന്നുണ്ട്, ഞാൻ..."

ഏതു പ്രതിസന്ധിയിലും പ്രതീക്ഷ കൈവിടാത്തൊരു മനസ്സാണ് ഈ ഭൂമിയിൽ തന്നെ ജീവിക്കാൻ പ്രേരിപ്പിക്കുന്നതെന്ന ധ്വനി ഇവിടെ മുഴങ്ങുന്നുണ്ട്. അതാണ് കവിധർമ്മം. സമൂഹത്തിനു മുമ്പിൽ തെറ്റും ശരിയും വേർതിരിച്ചു കാണിച്ചുകൊടുക്കുക. എല്ലാ നന്മകളും വിളയുന്ന ഒരു നാളെയെക്കുറിച്ചുള്ള സ്വപ്നങ്ങൾ സമ്മാനിക്കുക. ഈ കർമ്മം നന്നായി നിർവ്വഹിച്ചിട്ടുണ്ട് ശ്രീ. കരുമം എം നീലകണ്ഠൻ.

"അഗാധമായ ചിന്ത, അനന്യസുലഭമായ ആശയം, അചുംബിതമായ ഉല്ലേഖം, അതിസൂക്ഷ്മമായ നിരീക്ഷണം ഇത്യാദി കവനസാമഗ്രികളിൽ അദ്ദേഹത്തിനുണ്ടായിരുന്ന ആധിപത്യം ഏതു ഭാവുകനെയും ചമൽക്കരിക്കുന്നതിന് പര്യാപ്തമാണ്." കുമാരനാശാന്റെ പദ്യകൃതികളുടെ സമാഹാരത്തിന് (1933) മഹാകവി ഉള്ളൂർ എഴുതിയ അവതാരികയിലേതാണ് ഈ ഉദ്ധരണി. കാവ്യരചനയിൽ ഉണ്ടായിരിക്കേണ്ട ഇത്തരം സൂക്ഷ്മതകളെക്കുറിച്ച് നല്ല അവബോധമുണ്ട് കരുമം എം നീലകണ്ഠന്. അധികപ്രസംഗങ്ങളില്ലാതെ, നറുനിലാവുപോലുള്ള തെളിഞ്ഞ ഭാഷയിൽ അദ്ദേഹം കാലത്തോടു സംവദിക്കുന്നു. കാലത്തോടൊപ്പം നീങ്ങുന്ന ജനസമൂഹത്തെ ഓർക്കേണ്ടത് ഓർമ്മിപ്പിക്കുന്നു. വീണ്ടും പൂക്കൾ വിരിയാൻ ഈ മണ്ണിനെ തന്നാലാവുംവിധം ഒരുക്കിയെടുക്കുന്നു.

അപരാജിത
വഴുതക്കാട്

ഡോ. ജെസി നാരായണൻ

മഹാപാഠശാല

മാണ്ഡ്യയിൽ നിന്നൊരാൾ
മൂന്നു ദശകങ്ങൾക്കു മുമ്പ്
പ്രഥമഗ്രന്ഥം വാങ്ങിയത്
കാൽ രൂപയ്ക്ക്!
ഇന്നയാളുടെ പക്കലുള്ളതോ
പലേ ഭാഷകളിലായി
ദശലക്ഷത്തിനുമേൽ!
പ്രതിദിനം മുപ്പതിലേറെ
പുസ്തകങ്ങൾ വാങ്ങുന്നുണ്ട്...
കുടുംബാംഗങ്ങളെല്ലാമൊന്നായി
ഈ ദിവ്യോന്മാദത്തിനു കൂട്ടല്ലോ!
ഗവേഷണ പഠനങ്ങൾക്കായി നിത്യം
എത്രയെത്ര സന്ദർശകർ..
ഭാരതത്തിലേറ്റവും വലിയ
പുസ്തകശേഖരമുള്ളവൻ,
ലിംക ബുക്കുകാർ രേഖപ്പെടുത്തി..
വിദ്യ ആഭാസമാണ്
വിദ്യ അഭ്യാസമാണ്
ലാഭമേകാത്ത വിദ്യാലയങ്ങൾ
പൂട്ടി ഇടിച്ചുനിരത്തി
ഫ്ളാറ്റുകൾ പണിയണമെന്ന്
വാദിക്കുന്നവർക്കിടയിൽ
ഹേ, അങ്കേ ഗൗഡ
താങ്കളൊരു മഹാപാഠശാലയല്ലോ!

നീതിമാൻ

പ്രാണപ്രേയസിയെ വിജനതയിൽ
കളഞ്ഞിട്ടുണ്ടാവാം
മിത്രത്തിന്റെ കുടിലതകൾക്കു
കൂട്ടു നിന്നിട്ടുണ്ടാവാം
അന്യന്റെ മുതലുകൾ
കവർന്നെടുത്തിട്ടുണ്ടാവാം
പെൺമയെ പൊതുസഭയിൽ
അപഹസിച്ചിട്ടുണ്ടാവാം
ബന്ധുമിത്രാദികളെ വഞ്ചിച്ച്
ശത്രുപക്ഷം ചേർന്നിട്ടുണ്ടാവാം
ഭാര്യയും കുഞ്ഞും നിദ്രയിലമരവേ
ഉപേക്ഷിച്ചു പോയിട്ടുണ്ടാവാം
പതിവ്രതയെ കബളിപ്പിച്ച്
പ്രാപിച്ചിട്ടുണ്ടാവാം
നൃശംസതകളെത്രയെങ്കിലും
ചെയ്തുകൂട്ടിയിട്ടുണ്ടാവാം..
എന്നാലും ഞാനിതേവരെ
ഒരു ക്രൂരതയേയും തള്ളിപ്പറഞ്ഞിട്ടില്ലല്ലോ!

വധു

എന്റെ വന്ദ്യപിതാവ്
ആജ്ഞാപിച്ചു-
നിനക്കിഷ്ടമുള്ള
പെണ്ണിനെ കെട്ടാം.
ഞാൻ സന്തോഷിച്ചു.
അച്ഛൻ പിന്നെയും പറഞ്ഞു-
നമ്മുടെ ജാതിയാകണം
നിന്നേക്കാൾ
ഉയരം കുറഞ്ഞിരിക്കണം
ഭാരം കുറഞ്ഞിരിക്കണം
പ്രായം കുറഞ്ഞിരിക്കണം
വിദ്യാഭ്യാസം കുറഞ്ഞിരിക്കണം
ശമ്പളം കുറഞ്ഞിരിക്കണം
(തൊഴിലില്ലെങ്കിൽ പറ്റില്ല!)
അടുക്കളയറിഞ്ഞിരിക്കണം
ങാ, പിന്നൊന്നു കൂടി,
ഭർത്താവിന്റെ അച്ഛനെ
(അമ്മയെ അല്ല കേട്ടോ!)
അനുസരിക്കാൻ
തയ്യാറാവണം)
എല്ലാ അർത്ഥത്തിലും!

മാറ്റം

മുമ്പൊക്കെ എന്നിൽ
നിറഞ്ഞു നിന്നിരുന്നത്
വീട്ടുകാരും നാട്ടുകാരുമായിരുന്നു.
ഇന്നാകട്ടെ എന്നിൽ
തുള്ളിത്തുളുമ്പുന്നത്
ഞാൻ മാത്രം!
മുമ്പൊക്കെ ഞാൻ
കളിക്കളങ്ങളിലും
ഉത്സവപ്പറമ്പുകളിലും
വായനശാലകളിലും
ബന്ധുവീടുകളിലും
കൃഷിയിടങ്ങളിലും
സിനിമാ കൊട്ടകകളിലും
സമരപ്പന്തലുകളിലും
ദേവാലയങ്ങളിലും ഒക്കെ
പോകുമായിരുന്നു.
ഇന്നാകട്ടെ
സ്മാർട്ട് ഫോണിലും
ചീട്ടുകളി ക്ലബ്ബിലും
മദ്യശാലയിലും
ഒതുങ്ങുന്നു!
മുമ്പൊക്കെ
എന്തെങ്കിലും പ്രവൃത്തികൾ

ചെയ്യണമെന്ന മോഹമായിരുന്നു.
ഇന്നാകട്ടെ
എപ്പോഴും മുഷിഞ്ഞുകുത്തി
ഇരിക്കാനാണ് മോഹം..
അതെ,
മുമ്പ് മരിക്കാൻ ഭയമായിരുന്നു....
ഇന്നാകട്ടെ, ജീവിക്കാനും!

അറിവ്

എനിക്കറിയില്ല
എന്തിനാണ്
എപ്പോഴും നിങ്ങൾ
പൂവിന്റെ സൗന്ദര്യത്തെക്കുറിച്ച്
സംസാരിക്കുന്നത്?
അതിന്റെ പിന്നിലുള്ള
ക്രൂരമായ മുള്ളിനെക്കുറിച്ചോ
വിരൂപമായ വേരുകളെക്കുറിച്ചോ
ചിന്തിക്കാത്തത്?
എനിക്കറിയില്ല
എന്തിനാണ്
എപ്പോഴും നിങ്ങൾ
ഭൂതകാലത്തിന്റെ മഹത്ത്വത്തെക്കുറിച്ച്
സംസാരിക്കുന്നത്?
അക്കാലങ്ങളിൽ നടന്ന
കൂട്ടക്കൊലപാതകങ്ങളെക്കുറിച്ചോ
ജീർണ്ണമായ സാമൂഹികാവസ്ഥകളെക്കുറിച്ചോ
ചിന്തിക്കാത്തത്?
എനിക്കറിയില്ല
എന്തിനാണ്
എപ്പോഴും നിങ്ങൾ
വർത്തമാനകാലത്തെ വിസ്മരിച്ച്
ഭാവിയെ ഗൗനിക്കാതെ

ചീഞ്ഞളിയുന്നത്?
എനിക്കറിയില്ല
എന്തിനാണ്
എപ്പോഴും നിങ്ങൾ
പാവം ശരീരത്തെ പീഡിപ്പിച്ച്
ഉണ്ടോ ഇല്ലയോ എന്നറിയാത്ത
ആത്മാവിനെ സ്നേഹിക്കുന്നത്?
എനിക്കറിയില്ല.
എന്തിനാണ്
എപ്പോഴും നിങ്ങൾ
ഇഹം മറന്ന് പരത്തെ
അമിതമായി സ്നേഹിക്കുന്നത്?
സ്നേഹിക്കൂ സ്നേഹിതാ ഇഹത്തെ,
മറക്കൂ, തല്ക്കാലം പരത്തെ!

കവിത

കവിതയിലൊരു മറ
വേണമെന്നു ചിലർ.
മൂടൽമഞ്ഞിൽ കാണുന്ന
ദൃശ്യങ്ങൾ പോലെ!
കവിതയൊരു
പ്രഗത്ഭനർത്തകിയാണെന്നു ചിലർ.
ദ്രുതചലനങ്ങൾകൊണ്ടു കാണികളെ
ഭ്രമിപ്പിക്കും സുന്ദരിയെപ്പോലെ!
കവിതയിൽ വേണ്ടതു-
വാക്കല്ല മറുവാക്കെന്നു ചിലർ.
ചില സംസ്കൃതപണ്ഡിതരുടെ
പ്രസംഗം പോലെ!
കവിതയിൽ സാധാരണക്കാരനു പിടികിട്ടുന്ന
ഒന്നും പാടില്ലെന്നു ചിലർ.
വിദേശികൾക്കു മുന്നിലെ
കഥകളി പോലെ!
കവിത പറയുന്നതൊന്നും
വായനക്കാർക്കു മനസ്സിലാകുന്നതു
മറ്റൊന്നുമായാൽ
ആഹാ, മഹത്തരം!

വിശ്വാസം, അതല്ല എല്ലാം

വിശ്വാസങ്ങളെ ചോദ്യം ചെയ്യാൻ
ഞാനാളല്ല,
എന്തെന്നാൽ വിശ്വാസം യുക്തിക്കു
വഴങ്ങുന്നതല്ലല്ലോ!
ഒരേസമയം ഒരാൾക്കു
ഈശ്വരനേയും പിശാചിനേയും
വിശ്വസിക്കാൻ കഴിയുമോ?
പിശാചിന്റെ ചെയ്തികളെ
മറികടക്കാൻ എത്രയെത്ര പേർ
മന്ത്രതന്ത്രങ്ങൾ നടത്തുന്നു?
അവർ ഒരേ സമയം
പിശാചുക്കളേയും
ഈശ്വരനെയും വിശ്വസിക്കുന്നു!
ആർത്തലച്ചുവരുന്ന
പ്രളയത്തെ
വരുണസ്തുതി നടത്തി
തടയാനാവുമോ?
വിശ്വാസം, വേണമെങ്കിൽ,
സ്വകാര്യവും
ശാസ്ത്രം നിർബ്ബന്ധമായും
പരസ്യവും

ആകേണ്ട കാലമാണിത്.
അങ്ങനെയല്ലെങ്കിൽ
മടങ്ങാം നമുക്ക്
ശിലായുഗത്തിനും
മുമ്പുള്ള കാലത്തിലേക്ക്....
.

സന്ദേഹം

സത്യം പറയട്ടെ
ഞാൻ യുക്തിവാദിയാകാത്തത്
ഈശ്വരനെ പേടിയുള്ളതുകൊണ്ടാണ്.
സത്യം പറയട്ടെ
ഞാൻ ഈശ്വരവിശ്വാസിയാകാത്തത്
ചുറ്റുപാടുകൾ കാണുന്നതുകൊണ്ടാണ്.
ദൈവത്തിന്റെ പ്രതിനിധികൾ
ഭൗതികതയിൽ
സുഖം കണ്ടെത്തുന്നു.
സാധാരണ ജനങ്ങളോ
ആത്മീയതയിൽ
സായുജ്യം തേടുന്നു.
ഇവിടെ നടക്കുന്ന ദുരന്തങ്ങളൊന്നും
കാണാതൊരീശ്വരന്
നിസ്സംഗനായിരിക്കാൻ കഴിയുമോ?
കുന്നും കുഴിയും നിറഞ്ഞ
ജീവിതയാത്രയിൽ
കൈവിരൽ പിടിക്കാൻ
ഒരാളില്ലാതെ (ദൈവമില്ലാതെ) എങ്ങനെ?
നിർണ്ണായക നിമിഷങ്ങളിൽ
കൈവിടുന്നു ദൈവമെങ്കിൽ
വിശ്വാസത്തിന്നെന്തർത്ഥം?
മരണത്തിന്നപ്പുറം

ജീവിതമുണ്ടായിരിക്കാം
ഇല്ലായിരിക്കാം.
ഇവിടം സുഖപ്രദമാകണമെങ്കിൽ
വേണ്ടതു ശാസ്ത്രബോധം തന്നെയാണ്.
അതെ, ഞാൻ
ശാസ്ത്രത്തിൽ വിശ്വസിക്കുന്നു!
അതും ഒരു
വിശ്വാസം മാത്രമാണോ?

മണ്ടൻ

എന്താണു സർ, സാഹസം?
മഞ്ഞുമൂടിയ
മരണം പതിയിരിക്കുന്ന
ഗിരിശൃംഗങ്ങളിലേക്ക്
നടന്നുകയറുന്നതോ?
കടലിൽ പായ് വഞ്ചിയിറക്കി
ഒറ്റയ്ക്കു ഭൂമിയെ
ചുറ്റാനിറങ്ങുന്നതോ?
വന്യമൃഗങ്ങൾ
സ്വൈരവിഹാരം നടത്തുന്ന
വനാന്തരങ്ങളിൽ
ക്യാമറയും തൂക്കി
നടക്കുന്നതോ?
തിമിംഗലങ്ങൾ
മദിച്ചുവാഴുന്ന സമുദ്രങ്ങളിൽ
നീന്തിനീന്തി
മറുകരയെത്തുന്നതോ?
അതിവേഗ കാറോട്ടമത്സരങ്ങളിൽ
ജീവഹാനി നേരിടുംവിധം
പങ്കെടുക്കുന്നതോ?
എന്തൊക്കെയോ വാരിത്തിന്ന്
മസിലുകൾ പെരുക്കി
പരസ്പരം ഇടിച്ചുവീഴ്ത്തുന്നതോ?

അഭിപ്രായവ്യത്യാസങ്ങളെ
കായികമായും
ആയുധങ്ങൾ കൊണ്ടും
ഇല്ലായ്മ ചെയ്യാൻ ശ്രമിക്കുന്നതോ?
മഹദ്ഗ്രന്ഥങ്ങൾ
വരിവിടാതെ ഹൃദിസ്ഥമാക്കുകയും
ഒരു പയറുവിത്തുപോലും
നടാനറിയാതിരിക്കുകയും
ചെയ്യുന്നതോ?
ഇനിയുമുണ്ട്
മണ്ടൻ ചോദ്യങ്ങൾ..

വെറും കവിത

കവിതയെഴുതുന്നവർ
ഒന്നും നേരെ പറയില്ല.....
കാരണമതിലളിതം,
മനസ്സിലാകരുതല്ലോ!
വൃത്തം താളമലങ്കാരം
വൃത്തിയായിട്ടടുക്കിവച്ച്
എട്ടരക്കട്ടയ്ക്കുച്ചത്തിൽ
പൊട്ടരാക്കുന്നു നമ്മളെ!
വേണം പൂ പുഴ പൂന്തിങ്കൾ
തീരവും തിരമാലയും
പുലർകാലമാഹാത്മ്യവും
അന്തിമാനച്ചന്തങ്ങളും!
പുരാണേതിഹാസങ്ങളിൽ
പുതഞ്ഞിരിക്കും കഥകൾ
ചർവ്വിതചർവ്വണം ചെയ്തു
ചൊല്ലിക്കൊണ്ടേയിരിക്കണം!
ആവുംവിധം വർണ്ണിച്ചാലും
പെണ്ണിന്റെ അവയവങ്ങൾ
സംഭോഗശൃംഗാരമെന്നു
നാട്ടാർക്കു തോന്നുക വേണം!
പാടില്ല തെല്ലും പട്ടിണി
ദുരിതങ്ങൾ വേണ്ടേവേണ്ട
പറയൊല്ലാ നഗ്നസത്യം,
മതവും രാഷ്ട്രീയവും!

അയാൾ

ഒരു വലിയ
കുടുംബത്തെ മുഴുവൻ
തോളുകളിൽ
താങ്ങിനിർത്തിയിരുന്നു
അയാൾ..
ഓരോ വഴിക്ക്
അവരൊക്കെ
പോയപ്പോൾ
ഒറ്റയ്ക്കായിപ്പോയി
അയാൾ...
വിശ്വസിച്ച പ്രസ്ഥാനത്തിനു വേണ്ടി
ഒരുപാടൊരുപാടു പ്രയത്നിച്ചിട്ടും
വിശ്വാസം വരാതെ അവർ
പുറത്താക്കിയപ്പോൾ
തേങ്ങിപ്പോയി
അയാൾ.....
ബാറിൽനിന്നു ബാറിലേക്കുള്ള
തീർത്ഥയാത്രയ്ക്കിടയിൽ
അവസാനത്തെ ചില്ലിക്കാശും
തീർന്നെന്നുറപ്പുവരുത്തി
അവസാനത്തെ സുഹൃത്തും
യാത്ര പറയാതെ
പോയ്മറഞ്ഞപ്പോൾ

കരയാൻ പോലുമാകാതെ
വിറങ്ങലിച്ചുനിന്നു
അയാൾ...
തെരുവിൽനിന്ന്
അനാഥാലയത്തിലേക്കും
അവിടെനിന്ന്
ഭ്രാന്താലയത്തിലേക്കും
അവിടെനിന്നു ചാടി
വീണ്ടും തെരുവിലേക്കും
എത്തിപ്പെട്ടപ്പോൾ
തത്ത്വചിന്തയുടെ പ്രഹരമേറ്റ്
ലോകമേ തറവാട്
എന്ന് സ്വയം സാന്ത്വനിപ്പിച്ചു
അയാൾ..

കംപ്ലീറ്റ് ആക്ടർ

ഒരിക്കലും മരിക്കരുതേ
എന്നാഗ്രഹിക്കുന്ന
പാവം മാനവർ
എന്റെ പാവം ദൈവമേ
എങ്ങനെയൊക്കെയാണു
ചാവുന്നത്?
നിനക്കു ചിന്തിക്കാനേ
കഴിയാത്തവിധം
പുതിയ പുതിയ
മാർഗ്ഗങ്ങൾ
കണ്ടെത്തുന്നതിൽ
ഗവേഷണം നടത്തി
ഡോക്ടറേറ്റ് നേടുകയാണ്
ഞങ്ങൾ!
നിന്റെ വഴികൾ
എത്ര പരിമിതം!
പ്രായാധിക്യം,
മാരകരോഗങ്ങൾ,
അപകടങ്ങൾ,
പ്രകൃതിദുരന്തങ്ങൾ...
ഏതാണ്ട് തീർന്നില്ലേ?
ഞങ്ങൾ കണ്ടെത്തിയ
മാർഗ്ഗങ്ങൾ

കുറിക്കാൻ
എന്റെ തൂലിക
ഇപ്പോൾ അശക്തമാണ്!
പിന്നെ ഇതൊക്കെ
അറിയില്ലെന്ന്
നീ നടിക്കുകയല്ലേ?
ഓ, മഹാനടൻ,
കംപ്ലീറ്റ് ആക്ടർ!!

പുണ്യപ്രവൃത്തി

കേൾക്കുന്ന മാത്രയിൽത്തന്നെ,
ഒരേ സമയം,
അപകർഷതാബോധവും
ആനന്ദവും
സൃഷ്ടിക്കുന്ന
മറ്റൊരു വാക്കുണ്ടോ ഭാഷയിൽ?
അനുവദനീയമായ
സന്ദർഭങ്ങളിൽ
അഭിമാനപൂർവ്വമുള്ള പ്രവൃത്തിയും
അല്ലാത്തപ്പോൾ
ഭയം നിറഞ്ഞ സാഹസികത്വവും...
കലാപകലുഷിതമായ
അന്തരീക്ഷത്തിൽ
ആണും പെണ്ണും തമ്മിലുള്ള
ഊഷ്മളബന്ധം കൂടി
ഇല്ലാതാകുന്ന കാലം
സമാഗതമാകുന്നു........
ലൈംഗികച്ചുവയോടെയല്ലാതെ
ഒരു സുന്ദരിയെ
ഒരുത്തമപുരുഷനു
നോക്കാൻ കഴിയില്ലെന്നതു
നഗ്നസത്യമല്ലേ?
തിരിച്ചും?

ക്ഷമിക്കുക
ലൈംഗികത
ഏതു ബന്ധത്തിലായാലും,
ബന്ധത്തിന്നു പുറത്താണെങ്കിലും,
പരസ്പര വിശ്വാസത്തോടെയാണെങ്കിൽ
പുണ്യപ്രവൃത്തിയാണ്.........

പിന്തിരിപ്പൻ

അടുക്കളയിൽനിന്നു പെണ്ണിനെ
അരങ്ങത്തെത്തിക്കാൻ
എന്തു പാടുപെട്ടു വി ടി!
അടുക്കളയിലേക്കവളെ
തിരിച്ചുകേറ്റാൻ നമ്മളാണുങ്ങൾ
ചെയ്യുന്ന കഠിനാദ്ധ്വാനത്തെ
ചെറുത്തു തോല്പിക്കാൻ
എന്തൊരു മിടുക്കാ ടി വിക്ക്!

അശരീരി

വീട്
മനുഷ്യനു താമസിക്കാനുള്ളതാണ്.
എലി കൊതുക്
പല്ലി പാറ്റ
ഉറുമ്പ് ചിതൽ
ഈച്ച ചിലന്തി
പൂച്ച
പിന്നെ പേരറിയാത്ത
എത്രയോ പ്രാണികൾ..
എത്ര പ്രാവശ്യം അടിച്ചോടിച്ചാലും
നാണവും മാനവും
തരിമ്പുമില്ലാതെ
പിണങ്ങിപ്പോയ പണ്ടത്തെ ഭാര്യമാരെപ്പോലെ
പിന്നെയും പിന്നെയും
കേറി വരുന്നതെന്തിനാണ്?
അശരീരി–
അവർക്കു വാസയോഗ്യമല്ലാത്തിടം
നിനക്കുമല്ലെടോ!

വിറ്റവില

ദൂരദേശവാസികളായ മക്കളോട് അമ്മ
പറയാറുണ്ടായിരുന്നു
രണ്ടുദിവസം തിരക്കുകൾ മാറ്റിവച്ച്
തറവാട്ടിൽ വരൂ....
അവരുടെ സ്ഥിരം പല്ലവി-ലീവില്ല, കുട്ടികൾക്ക്
പരീക്ഷയാണ്...
അമ്മ തന്നാലാവുംവിധം വീടും പറമ്പും
നോക്കി നടത്തി...
ഒരു ദിവസമൊരു കള്ളൻ കയറിപ്പിടിച്ചു
മാലയിൽ..
പിടിവലിക്കിടയിൽ അമ്മയുടെ ആഭരണങ്ങൾക്കൊപ്പം
ജീവനും നഷ്ടമായി..
മക്കളെല്ലാം അലറിവിളിച്ച് നാട്ടിലെത്തി യഥോചിതം
കർമ്മങ്ങൾ ചെയ്തു..
പതിനാറും കഴിഞ്ഞ് പിരിയുമ്പോൾ തറവാടു വിറ്റവില
അവരുടെ പക്കൽ...

ഏകാകിനി

എന്നും ലഹരിയിലമർന്നിരുന്നതിനാൽ
അയാൾക്ക് പലപ്പോഴും
എന്നെയും മകളെയും
മാറിപ്പോകുമായിരുന്നു.
കരൾ നൊന്തു ഞാൻ പ്രാർത്ഥിച്ചതിനാലാവാം
കരൾ വെന്ത് അയാൾ പാതിവഴിയിൽ
കളി നിർത്തി കടന്നുപോയി....
സുഹൃത്തുക്കൾക്കെന്തു സ്നേഹം,
കൊതിവഴിയും മിഴികളിൽ....
മാറിയാലവർ പറയും, രാക്ഷസി!
കയ്പുനീർ കുടിച്ചിറക്കിയിറക്കി
മകളെ പഠിപ്പിച്ചെൻജീനിയറാക്കി...
യു എസിൽനിന്ന് അവളിതാ
വിളിക്കുന്നു, ഇവിടെ എനിക്കും
ഹസിനും മോൾക്കും സുഖം,
അമ്മയ്ക്കോ?

ത്വരിതവികസനം

നാട്ടിലൊരു തടിച്ചുകൊഴുത്ത പുഴയുണ്ടായിരുന്നു..
ഞങ്ങളതിൽ നീന്തിത്തുടിച്ചിരുന്നു, ഇന്നലെ.
നാട്ടിലൊരു മെലിഞ്ഞുണങ്ങിയ പുഴയുണ്ട്..
ഞങ്ങളതിൽ ചപ്പുചവറുകളിടുന്നുണ്ട്, ഇന്ന്.
നാട്ടിലൊരു പുഴയേ ഉണ്ടാവില്ലല്ലോ.....
ഞങ്ങളവിടെ വിമാനങ്ങൾ നിരത്തിയിടും നാളെ!

കളിയും പഠനവും-
ഒരു താരതമ്യപഠനം

പണ്ടത്തെ കുട്ടികൾക്ക്
സ്കൂളുവിട്ടാൽ പഠിക്കണ്ട
കളിക്കണം.
ഇന്നത്തെ കുട്ടികൾക്ക്
സ്കൂളുവിട്ടാലും പഠിക്കണം
കളിക്കണ്ട.
അതുകൊണ്ടെന്തായി-
നമ്മളൊന്നു മിഴിച്ചു നോക്കിയാൽ
ഇന്നത്തെ കുട്ടികൾ
നിക്കറിൽ മൂത്രമൊഴിക്കും.
അല്ലെങ്കിൽ നാടുവിടും.
അതുമല്ലെങ്കിൽ
വല്ല പുഴയോ ട്രെയിനോ
പങ്കയോ വിഷമോ
പിൽസോ ഉത്തുംഗസൗധമോ...

എങ്ങനെ കത്തിക്കാം

വിറകും ചാണകവറളിയും
തൊണ്ടുമൊക്കെവെച്ച് കത്തിക്കാം
പിന്നെ കറണ്ടുപയോഗിച്ചും.
ഓ, അതൊക്കെ മരണാനന്തരമല്ലേ?
മണ്ണെണ്ണ പെട്രോൾ പാചകവാതകം-
അതു ചാകാനോ കൊല്ലാനോ അല്ലേ?
ജീവിച്ചിരിക്കെ പൊതുജനത്തെ
എങ്ങനെ കത്തിക്കാം?
അത് വളരെ ലളിതം
ദാരിദ്ര്യത്തിന്റെ എരിതീയിലിട്ടാൽ മതിയല്ലോ!

ഇടമെവിടെ

പുറത്തിറങ്ങരുത് മകളേ,
അവിടെയൊക്കെ അന്യമതക്കാരാണ്.
പുറത്തിറങ്ങരുത് മകളേ,
അവിടെയൊക്കെ അന്യരാഷ്ട്രീയക്കാരാണ്.
പുറത്തിറങ്ങരുത് മകളേ,
അവിടെയൊക്കെ കലാപകാരികളാണ്.
പുറത്തിറങ്ങരുത് മകളേ,
അവിടെയൊക്കെ സാംക്രമികരോഗികളാണ്.
പുറത്തിറങ്ങരുത് മകളേ,
അവിടെയൊക്കെ അസൂയാലുക്കളാണ്.
പുറത്തിറങ്ങരുത് മകളേ,
അവിടെയൊക്കെ അന്യദേശക്കാരാണ്.
പുറത്തിറങ്ങരുത് മകളേ,
അവിടെയൊക്കെ പെൺവാണിഭക്കാരാണ്.
പുറത്തിറങ്ങരുത് മകളേ,
അവിടെയൊക്കെ മാംസദാഹികളാണ്.
അകത്തിരിക്കല്ലേ മകളേ,
അവിടെയൊക്കെ ആണുങ്ങളുണ്ടല്ലോ!

ചേട്ടഭാഷ

ശ്രേഷ്ഠമെന്നു
നിങ്ങൾ കരുതും,
മാതാവേ പിതാവേ
സോദരീ സോദരാ
മിത്രമേ ഗുരുവേ
ധർമ്മപത്നീ
സന്താനമേ
എന്നൊക്കെ വിളിക്കുമ്പോൾ!
തള്ളേ തന്തേ
അക്കാ അണ്ണാ
ചങ്ങായീ മാഷേ
എടീ
ചെക്കാ
എന്നൊക്കെ വിളിച്ചാലോ?
സംസ്കൃതത്തിൽനിന്നു
കടം വാങ്ങിയാൽ ഗംഭീരം!
വല്ല അറബിയുടെയോ
പോർട്ടുഗീസിന്റെയോ
ചൈനയുടെയോ
ചങ്ങാത്തം സ്വീകരിച്ചാൽ
ഭാഷ ചേട്ടയായി!
വാതായനങ്ങൾ തുറന്നിടുക,
സുഗന്ധവാഹിയായ കാറ്റ്
അകത്തളങ്ങളിൽ
വീശി നിറയട്ടെ!

സൃഷ്ടി സ്ഥിതി സംഹാരം

ഓരോ വീട്ടിനുള്ളിലും
സൃഷ്ടിസ്ഥിതിസംഹാരങ്ങളുണ്ട്...
സൃഷ്ടി കിടപ്പുമുറിയിൽ
സ്ഥിതി അടുക്കളയിൽ
സംഹാരം ടി വി മുറിയിൽ!

തിരകൾ

ഓരോ മനുഷ്യന്റെ ഉള്ളിലും
ഓരോ കടലുണ്ട്...
അതിൽ,
ചിലപ്പോൾ
സ്വച്ഛസുന്ദരമായ
അരുണകിരണങ്ങളേറ്റ്
വെട്ടിത്തിളങ്ങുന്ന തിരകൾ കാണാം....
അതിൽ,
ചിലപ്പോൾ
പ്രചണ്ഡമായ കാറ്റേറ്റ്
ഉയർന്നുപൊങ്ങുന്ന തിരകൾ കാണാം...
അതിൽ,
ചിലപ്പോൾ
ഇരുട്ടിൽ
ഹിംസ്രമൃഗത്തെപ്പോലെ
മുരളുന്ന തിരകൾ കാണാം....
അതിൽ,
ചിലപ്പോൾ
ഭ്രാന്തെടുത്ത്
വീടുവിട്ടിറങ്ങുന്നവളെപ്പോലെ
മുടിയഴിച്ചു തുള്ളുന്ന
സുനാമിത്തിരകൾ കാണാം...
അതിൽ,

ചിലപ്പോൾ
മരണംപോലെ
അതിഗഹനമായ
മൗനത്തിരകൾ കാണാം...

കാ.... കാ.... കാ.....

ഏഴഴകെന്നൊക്കെ പറയും, എന്നാലും
കറുപ്പിനോടു നിങ്ങൾക്കു വെറുപ്പാണ്
എത്ര മധുരമായി ഞങ്ങൾ പാടിയാലും
ആട്ടും പോ... പോ... പോ...
ഗ്രാമവൃക്ഷത്തിലെ കുയിലിന്റെ മൂളലും
സാഹിത്യത്തിലെ കിളിപ്പാട്ടും
സ്വപ്നത്തിലെ മയൂരനൃത്തവും
നിങ്ങൾക്കെന്നും പ്രിയതമം!
ഏറ്റവും വൃത്തിവെടിപ്പെഴുന്നോൾ
എന്നൊരൊറ്റപ്പെട്ട ശബ്ദം കേട്ടു,
ബലിച്ചോറുണ്ണാനെത്താത്തതു പണ്ടു
കല്ലെറിഞ്ഞതുകൊണ്ടാണെന്നു മറ്റൊരാളും...
വിശപ്പടക്കാൻ മാലിന്യക്കൂമ്പാരത്തിൽ
ചെന്നാൽ ശത്രുക്കൾ പലരല്ലോ!
പിതൃക്കളെന്നു നിനച്ചു നിങ്ങൾ
ഉരുളച്ചോറുകൾ നല്കുന്നത്
കൂടിയിട്ടുണ്ടെന്നതുമാത്രമൊരാശ്വാസം!

വിട

സുഹൃത്തുക്കൾക്കു മുന്നിൽ
കേമനാകാൻ
തീക്ഷ്ണാനുഭവങ്ങളിൽനിന്നും
ഒളിച്ചോടാൻ
പരാജയബോധത്തെ
മറികടക്കാൻ
പ്രതികാരനിർവ്വഹണത്തിനു
കരുത്താർജ്ജിക്കാൻ
ധനവും മാനവും
ബന്ധുമിത്രാദികളും
ആരോഗ്യവും സ്വബോധവും
കൈവിട്ടാലും
ആത്മധൈര്യം ഊട്ടിയുറപ്പിക്കാൻ
ജനിമൃതികൾക്കിടയിലെ ദൂരം
വെട്ടിക്കുറയ്ക്കാൻ...
ആത്മമിത്രമേ നീ എന്നെ
എത്രമേൽ സഹായിച്ചുവെന്നോ?
എങ്കിലും നിന്നെ
ഉപേക്ഷിക്കുകയാണ്,
ജീവിതത്തിന്റെ ലഹരി
നുണയുവാൻ!

രാഷ്ട്രം പിതാവിനോട്

ബഹുസ്വരതയുടെ
വിളഭൂമിയാവുക-
അതത്രേ എന്നത്തേയും
എന്റെ ലക്ഷ്യം..
വ്യക്തികൾ ജാതികൾ
മതങ്ങൾ രാഷ്ട്രീയകക്ഷികൾ
സംസ്ഥാനങ്ങൾ രാഷ്ട്രങ്ങൾ
എന്തുസ്വപ്നം കണ്ടിട്ടാണ്
പരസ്പരം കടന്നാക്രമിച്ച്
കൊന്നൊടുക്കുന്നത്?
സഹജീവനമെന്ന പദം
വെറും മിഥ്യയോ?
ബുദ്ധിയും ശാസ്ത്രവും
ഗോളാന്തരയാത്രകൾ
നടത്തുമ്പോഴും
മാനവർ ശിലായുഗത്തിലേക്കു
പിൻനടക്കുന്നതെന്തേ?
അങ്ങയുടെ മെല്ലിച്ച ശബ്ദം
ഇനിയൊരിക്കലും കേൾക്കില്ലെങ്കിലും
സത്യവും സ്നേഹവും
ഊടും പാവും നെയ്ത
ആ ശബ്ദത്തിന്റെ
മാറ്റൊലിയെങ്കിലും..
ഹതാശയാകാതെ
കാത്തിരിക്കുന്നുണ്ട്, ഞാൻ...

മൃഗോപമം

പകൽ മുഴുവൻ ചുട്ടുപൊള്ളും
വെയിലിൽ പണിയെടുത്ത്
ജയിലറയേക്കാൾ
ഭീകരമായ ഷെഡിലെത്തി
കാറ്റും വെള്ളവും വെളിച്ചവുമില്ലാതെ
കൊതുകുകടിയും മൂട്ടകടിയും സഹിച്ച്
പരിസരം വമിക്കുന്ന മലിനഗന്ധം ശ്വസിച്ച്
നിദ്രാരഹിതനായി രതിയുടെ
തിരത്തല്ലു താഴ്ത്താൻ യത്നിച്ച്...
മാരകലഹരിയിലഭിരമിച്ചും
വിലകുറഞ്ഞ ഗണികയെ സമീപിച്ചും
പിന്നെ, നിദ്രാജാഗരങ്ങൾക്കിടയിൽ
ഊഞ്ഞാലാടവേ ദൂരെ ദൂരെ വസിക്കും
ബന്ധുജനങ്ങളേയും എന്നിനി
പുണരുമെന്നറിയാത്ത ഭാര്യയേയും
ഓർത്തോർത്തിതാ, നേരം പുലരുകയായി.
വേഗമൊരുങ്ങി പണിയിടത്തിൽ
എത്തിപ്പെടാനുള്ള തത്രപ്പാടിൽ
നടന്നടുക്കുന്നതെങ്ങോട്ടാണ്?
ഭാസുരഭാവിയിലേക്കോ
ആസന്നമൃത്യുവിലേക്കോ?

നഗ്നം

മാനവേതരജന്തുവേതെങ്കിലും
തുണിയുടുക്കാറുണ്ടോ?
ദിഗംബരന്മാരീമണ്ണിലും
വിഹരിക്കുന്നില്ലേ?
പരസഹസ്രം പ്രാണികളെ
കൊന്നൊടുക്കി നെയ്തെടുത്ത്
തിളങ്ങും വേഷങ്ങളണിഞ്ഞാലും
മനോവൈകൃതങ്ങളൊരുനാൾ
തല നീട്ടാതിരിക്കുമോ?
നാണം മറയ്ക്കാൻ തുച്ഛം തുണി
മതിയെന്നിരിക്കെ
കോട്ടും സൂട്ടും ടൈയും
ളോഹയും പാളത്താറും
പതിനെട്ടു മുഴം പുടവയുമെല്ലാം
ഇനിയും വേണ്ടതുണ്ടോ?
കുന്നോളം ധനം പ്രച്ഛന്നവേഷത്തിനായ്
അന്നം മറന്നു തുലയ്ക്കേണമോ?
മന്നിതിലെത്തുവതു നഗ്നനായി,
മന്ന് വിടുന്നതും നഗ്നനായല്ലോ!

ഇളകാത്ത വിശ്വാസം

ജ്യോത്സ്യരെ കണ്ടു
ജാതകങ്ങൾ തമ്മിൽ ചേരും
തീയതിയും മുഹൂർത്തവും കുറിച്ചുവാങ്ങി
നല്ലതുക ദക്ഷിണ നല്കി.
വിവാഹം ചെയ്ത് സാമോദം
ജീവിതം തുടങ്ങിവച്ചു.
കൊല്ലമഞ്ചു കഴിഞ്ഞിട്ടും
കുട്ടികളൊന്നുമില്ലല്ലോ...
ജ്യോത്സ്യരെ കണ്ടു
പ്രതിവിധികൾ കുറിച്ചുവാങ്ങി
ഒന്നൊഴിയാതെയെല്ലാം ചെയ്തുതീർത്തു.
നല്ലതുക ദക്ഷിണ നല്കി.
വീണ്ടും കൊല്ലമഞ്ചു കടന്നിട്ടും
അവൾ മച്ചി തന്നെ!
ജോത്സ്യരെ കണ്ടു
വിവാഹമോചനത്തിന് അപേക്ഷ നല്കാൻ
തീയതിയും മുഹൂർത്തവും കുറിച്ചുവാങ്ങി.
നല്ലതുക ദക്ഷിണ നല്കി.
ഇനി വിവാഹമോചനം കിട്ടിയിട്ടുവേണം
ജ്യോത്സ്യരെ കാണാൻ!

ഭയം

കുട്ടിയായിരുന്ന എന്നെ
അകാരണമായി എത്രയെത്ര
ശകാരിക്കുകയും തല്ലുകയും ചെയ്തു?
നിന്നെ എനിക്കു ഭയമായിരുന്നു!
നീ വൃദ്ധനായപ്പോൾ വൃദ്ധാലയത്തിലാക്കി
കൈയൊഴിഞ്ഞതെന്തിനാണെന്നോ?
വീട്ടിൽ വരുന്നവരോടും
പോകുന്നവരോടും
നീ വെറുതെ
എന്റെ കുറ്റങ്ങൾ
പാടിക്കേൾപ്പിക്കും
എന്ന ഭയംകൊണ്ട്!
മരിച്ച നിന്നെ വിധിപ്രകാരം,
വൻതുക മുടക്കി
സർവ്വകർമ്മങ്ങളും ചെയ്ത്,
പരലോകത്തേക്കയച്ചത് എന്തിനെന്നോ?
അല്ലെങ്കിൽ നിന്റെ പ്രേതം
എന്നെ ഉപദ്രവിക്കുമെന്ന ഭയംകൊണ്ട്!

എളുപ്പവഴി

മഹാ വിസ്ഫോടനത്തിനു
മുമ്പുള്ള കാലത്തിലേക്കു
കടക്കാൻ എളുപ്പവഴിയുണ്ട്...
വനങ്ങൾ നശിപ്പിച്ച്
ദേശീയപാതകളും വിമാനത്താവളങ്ങളും
അതിവേഗം നിർമ്മിക്കാം...
നദീതടങ്ങളും കായൽത്തീരങ്ങളും
മണ്ണിട്ടു നികത്തി
വിനോദകേന്ദ്രങ്ങൾ പണിയാം...
ഉള്ള പാറക്കുന്നുകളൊക്കെ
ഗുണ്ടുവച്ചു പൊട്ടിച്ച്
കെട്ടിടങ്ങൾക്കുപയോഗിക്കാം..
കൃഷിഭൂമികളിൽ വിഷം വർഷിച്ച്
വിളവെടുത്തുതിന്ന്
മാരകരോഗങ്ങൾ വരുത്താം....
ഭക്ഷണമൊക്കെ കുറച്ച്
ഗുളികകൾ വാരിത്തിന്ന്
ആയുസ്സ് വെട്ടിക്കുറയ്ക്കാം..
ജാതിയും മതവും കക്ഷിരാഷ്ട്രീയവും
ഉച്ചത്തിൽപ്പറഞ്ഞ് ശത്രുക്കളെ
ഉച്ചാടനം ചെയ്യാം....
ആവശ്യമില്ലാത്തതെല്ലാം പഠിച്ചുകൂട്ടി
ജീവിക്കാനറിയാതെ മനംമടുത്ത്

കൂട്ട ആത്മഹത്യക്കൊരുങ്ങാം...
മനുഷ്യനല്ലാതേതു ജീവിയേയും
ഭൂമുഖത്തുനിന്നു തുടച്ചുനീക്കി
സുഖിച്ചുവാഴാനാശിക്കാം...
പ്രകൃതി അചേതനമെന്നു ചിന്തിച്ച്
പരമാവധി പ്രകോപനം നല്കി
ദുരന്തമേറ്റുവാങ്ങാം...
പ്രിയമിത്രങ്ങളേ പാവം പ്രകൃതിക്കു
ഒരു വൈരാഗ്യവുമില്ല
മനുഷ്യർ "അതിനെ" ഉൾക്കൊള്ളുമെങ്കിൽ!

പ്രണയദിനചിന്തകൾ

പ്രണയത്തിലേർപ്പെടുന്നവർ
ചാവേറുകളെപ്പോലെയാണ്.
ക്ഷമിക്കണം,
ചാവേറുകളാണ്.
വലിയ വീട്ടിലെ പയ്യൻ
ചെറിയ വീട്ടിലെ പെണ്ണിനുവേണ്ടി
സ്വത്തും കുടുംബവും ത്യജിക്കുന്നു.
ആഹാ, മഹത്തരം!
ചെറിയ വീട്ടിലെ പെണ്ണ്
വലിയ വീട്ടിലെ പയ്യനുവേണ്ടി
ദാരിദ്ര്യവും കുടുംബവും ത്യജിക്കുന്നു.
ആഹാ, മഹത്തരം!
ഓ ബ്രോ,
എനിക്കു തോന്നുന്നില്ല.
രണ്ടും സമമാണെന്ന്!
ഏതുപ്രണയത്തിലും
രതിമോഹമുണ്ട്.
അതില്ലാത്ത പ്രണയത്തെ
വേണമെങ്കിൽ
ദീനാനുകമ്പയെന്നു വിളിച്ചോളൂ!
ഒരാൾക്ക് ഒരേ സമയം
ഒന്നിൽക്കൂടുതൽ
പ്രണയബന്ധങ്ങളാകാമെന്നേ!

പുരാണേതിഹാസങ്ങളൊന്നും
വായിച്ചിട്ടില്ല, അല്ലേ?
വിഷ്ണു, കൃഷ്ണൻ, ശിവൻ,
ഇന്ദ്രൻ, ദശരഥൻ, അർജ്ജുനൻ,
നിങ്ങളിൽ ചിലർ,
പിന്നെ പാവം ഞാനും!

ആക്രി

വീട്ടുകാർ അവർക്കു വേണ്ടാത്തതെല്ലാം
ആക്രിക്കാരനു കൊടുത്തു
കൂട്ടത്തിൽ ഈയുള്ളവന്റെ
കുറേ ഗ്രന്ഥങ്ങളും.
ഒരുദിവസം പെൻഷൻ വാങ്ങി
മടങ്ങിയെത്തിയപ്പോൾ
കാണാനില്ല പഴയ കട്ടിൽ!
ശുചീകരണയത്നമാണത്രേ!
പുറത്ത് ആക്രിക്കാരന്റെ
സൈക്കിൾമണിയടി കേട്ടപ്പോൾ
ഞാനോടിച്ചെന്നു കണ്ണാടിയിൽ നോക്കി
സൂക്ഷിച്ച് സൂക്ഷിച്ച്...

മൂക്കുകയർ

ചാട്ടവാറടിയും
ഭാരം ചുമക്കലും
വെയിലത്തലച്ചിലും
തീറ്റക്കുറവും
ഞങ്ങളെ
അലട്ടുന്നില്ലെന്നല്ല;
പക്ഷേ,
ഈ മൂക്കുകയർ
ഞങ്ങളെ
മരണം വരെ
(വധിക്കപ്പെടും വരെ)
അനുനിമിഷം
അസ്വസ്ഥരാക്കി-
ക്കൊണ്ടേയിരിക്കുന്നു.
മൂക്കുകയറില്ലെങ്കിലും
ഞങ്ങൾ
അടിമകൾ തന്നെയല്ലേ?

കെടാവിളക്ക്

വിവാദങ്ങളുടെ
സഹയാത്രികൻ
ജാതിമതഭ്രാന്തുകൾക്ക്
അതീതൻ
മരണമെന്ന നാണയത്തിന്റെ
മറുപുറം മാത്രമാണ്
ജീവിതം എന്നു
തിരിച്ചറിഞ്ഞവൻ
തടസ്സങ്ങളില്ലാതെയൊഴുകുന്ന
നദിപോലെ
ജീവിതത്തെ കരുതിയവൻ
കപടസദാചാരങ്ങളോട്
വിട പറഞ്ഞവൻ
പതിനാറായിരത്തെട്ടിലൊന്നു
കുറവെന്നു
അഭിമുഖത്തിൽ പറഞ്ഞവൻ
ദരിദ്രനായി ജീവിക്കണമെന്നു
ആഗ്രഹിച്ചവൻ
സൗഹൃദങ്ങളുടെ സമ്പന്നതയിൽ
അഭിമാനം കൊണ്ടവൻ
ഒമർഖയ്യാമിന്റെ
മലയാളപരിഭാഷ പോലുള്ളവൻ
അഞ്ചടി മൂന്നിഞ്ചുമാത്രം ഭൂമി
മതിയെന്നു ചൊല്ലിയവൻ

റെയിൽവേ സ്റ്റേഷനിലെ ബെഞ്ചിൽ
ടോൾസ്റ്റോയിയെപ്പോലെ
തീരണമെന്നു
നർമ്മം പറഞ്ഞവൻ
രതിമൃതികളിൽ മുക്കിയ
തൂലികകൊണ്ടു
കാലാതിവർത്തികളായ
സ്മാരകശിലകൾ
പണിതിട്ടവൻ
മരണമേ, നിന്നെ ഞാനിതാ
തോല്പിച്ചിരിക്കുന്നു
എന്റെ മരണത്താൽ,
എന്ന ഒടുവിലത്തെ
ഫലിതോക്തിയിൽ
വിലയിച്ചവൻ...
കാലം നിന്നെയെന്നും
കാത്തു സൂക്ഷിക്കും
സാഹിതീക്ഷേത്രത്തിൽ
കെടാവിളക്കായ്!

(പുനത്തിൽ കുഞ്ഞബ്ദുള്ളയെ ഓർത്ത് എഴുതിയത്)

നിത്യസ്മരണീയൻ

പല്ലുകൾ കൊഴിഞ്ഞവൻ
ഊന്നുവടിയുള്ളവൻ
കട്ടിക്കണ്ണട ധരിച്ചവൻ
മുഴുമൊട്ടയായവൻ
മെല്ലെപ്പറയുവോൻ
വാർദ്ധക്യം തളർത്താത്തവൻ
സൂര്യനണയാസാമ്രാജ്യത്തിൻ
തേരോട്ടം നിർത്തിയോൻ
രക്തച്ചൊരിച്ചിലില്ലാതെ
സ്വാതന്ത്ര്യം നേടിത്തന്നവൻ
അഗതികൾക്കഭയമായോൻ
അറിവിൻ മറുകര കണ്ടവൻ
മാനവികതതൻചിഹ്നമായവൻ
വാക്കും പ്രവൃത്തിയും
രണ്ടല്ലെന്നോതിയോൻ
എന്റെ ജീവിതം തന്നെ
എന്റെ സന്ദേശമെന്നുരച്ചവൻ
സ്വന്തം തെറ്റുകൾ ധീരമായ്
നാട്ടാരോടുറക്കെച്ചൊന്നവൻ
വെടിയുണ്ട നെഞ്ചിൽ പതിക്കവെ
റാംറാമെന്നു മെല്ലെച്ചൊല്ലിയോൻ
ആരാരുനീ ഞങ്ങൾക്കു
നിത്യസ്മരണീയനായവൻ?

പേര്

ഒരേ കെട്ടിടത്തിലെ
രണ്ടു ഫ്ളോറുകളിലാണ്
വർഷങ്ങളായി
ഞങ്ങൾ താമസിക്കുന്നതെങ്കിലും
തമ്മിൽ സംസാരിച്ച അവസരങ്ങൾ
എത്രയോ വിരളം.
ലിഫ്റ്റിലോ
പാർക്കിങ് ഗ്രൗണ്ടിലോ
കാണുമ്പോൾ
വേണോ വേണ്ടയോ
എന്നു സംശയിച്ച്
ഒരു ചിരി...
വല്ലപ്പോഴും നടക്കുന്ന
റസിഡൻസ് അസോസിയേഷന്റെ
യോഗത്തിൽ
ചിലപ്പോൾ
അടുത്തടുത്തിരുന്നാലും
പരസ്പരം
പരിചയപ്പെടാൻ
ഒരു വിമുഖത..
ഇന്നലെ രാത്രിയിൽ
എന്റെ അച്ഛൻ

പൊടുന്നനെ മരിച്ചതറിഞ്ഞ്
ആദ്യം എത്തിയത്
അയാളും കുടുംബവും...
തളർന്നിരുന്ന
എന്റെ ഭാര്യക്കും മകൾക്കും
എനിക്കും കാപ്പിയിട്ടു തന്നത്
അയാളുടെ ഭാര്യ...
അച്ഛന്റെ ദേഹം ശാന്തികവാടത്തിലെത്തി
ഭസ്മമാകുന്നതുവരെ
ഒപ്പം നിന്നത് അയാൾ..
ക്ഷമിക്കണം,
ഇപ്പോഴുമെനിക്കറിയില്ല,
അയാളുടെ പേര്!

പുൽവാമ

സ്ഥലനാമങ്ങൾ
ചരിത്രത്തിലിടം പിടിക്കുന്നത്
പല കാരണങ്ങളാലാണ്.
പുണ്യക്ഷേത്രങ്ങൾ
പുണ്യപുരുഷന്മാർ
ചരിത്രസ്മാരകങ്ങൾ
സുനാമിത്തിരകൾ
ഭൂകമ്പങ്ങൾ
ആണവായുധപ്രയോഗങ്ങൾ
യുദ്ധവേദികൾ
സമാധാനസമ്മേളനങ്ങൾ...
പ്രകൃതിസുന്ദരമായ
ശാന്തഗംഭീരമായ
പുൽവാമാ...
നിന്റെ നിഷ്കളങ്കമായ
ഗ്രാമവിശുദ്ധി
ഇനി മുതൽ അറിയപ്പെടുന്നത്
ഇന്ത്യയുടെ ഹൃദയത്തിൽ,
കാലമെത്ര കഴിഞ്ഞാലും,
ഉണങ്ങാത്ത മുറിവുണ്ടാക്കിയ
ഭീകരഭൂമി
എന്ന നിലയിലാണല്ലോ!
പുൽവാമാ,
കവിതപോലെ

ശ്രുതിമധുരമായ
നിന്റെ പേരുച്ചരിക്കുമ്പോൾ തന്നെ,
ഹൃദയം പൊട്ടിത്തെറിക്കും വിധം
ഞങ്ങൾക്കു ഭീതിയും ക്ഷോഭവും
തീരാത്ത വേദനയും
നല്കിയത് എന്തിനാണ്?

പശ്ചാത്താപം

തെറ്റു ചെയ്യാത്തവരുടെ
കരങ്ങൾ ശുദ്ധമേയല്ല.
എന്തുകൊണ്ടാണെന്നാൽ
അത്തരക്കാർ
ഭൂമിയിലുള്ളവരല്ല!
തെറ്റേത് ശരിയേത്
എന്നുള്ളത് ആർക്കറിയാം?
നിങ്ങളുടെ ശരി എനിക്കു തെറ്റും
എന്റെ ശരി നിങ്ങൾക്കു തെറ്റും
എന്ന് സാമാന്യവല്ക്കരിച്ചു
പറയുമ്പോൾ
തീരുമാനമെടുക്കേണ്ട
മൂന്നാമൻ
ദൈവമല്ല എന്നത് സുനിശ്ചിതം!
പിന്നെയാരാണ്?
ഒരുവേള ഹൃദയംകൊണ്ട്
പശ്ചാത്തപിക്കുന്നവരാകുമോ?

ഗാന്ധിയൻ

ഗാന്ധിയെക്കുറിച്ചുള്ള
കവിത വല്ലതുമുണ്ടോ?
നാളെ കവിയരങ്ങുണ്ട്,
മൂന്നു മണിക്ക്.
സാറും പങ്കെടുക്കണം!
വിളിക്കുന്നത് അടുത്ത
സുഹൃത്തായ
ഗാന്ധിയനാണ്.
ഗോഡ്സേ ചിന്തിച്ചു-
എന്തിനാണിയാൾ
ഗാന്ധികവിത ചൊല്ലാൻ
എന്നെ വിളിക്കുന്നത്?
ഗാന്ധിയെ ഒരിക്കൽ
വധിച്ചവനാണ് ഞാൻ.
അതിനുള്ള ശിക്ഷയും ലഭിച്ചു.
ഇനിയും ഇവർ
എന്നെ ശിക്ഷിക്കുന്നതെന്തിന്?
ഗാന്ധിയുടെ കോലത്തിൽ
കളിത്തോക്കിന്റെ
കാഞ്ചി വലിക്കുന്നവർക്കൊപ്പമോ
അതുകത്തിക്കുന്നവർക്കൊപ്പമോ
ഞാനില്ല.
ഗാന്ധി എന്നാൽ
മൂല്യമുള്ള കറൻസി

മാത്രമാണെന്നു
കരുതുന്നവർക്കൊപ്പവും
ഞാനില്ല.
ഗോഡ്സേ പറഞ്ഞു-
സുഹൃത്തേ ഗാന്ധിക്കവിതയുണ്ട്,
പക്ഷേ, ഞാൻ വരണോ?
മറുപടി-
വേണം, തീർച്ചയായും വരണം...
കൃത്യസമയത്തു തന്നെ
ഗോഡ്സേ എത്തി.
സ്വാഗതപ്രസംഗകൻ
പരിചയപ്പെടുത്തി-
ഇന്നത്തെ മുഖ്യാതിഥി
ഗോഡ്സേയാണ്.
അദ്ദേഹം ഗാന്ധിയെക്കുറിച്ചെഴുതിയ
കവിത വായിച്ച്
ഈ ചടങ്ങ് ഉദ്ഘാടനം ചെയ്യും.
സാദരം ക്ഷണിക്കുന്നു.
ഗോഡ്സേ മെല്ലെ
മൈക്കിന്നരികിലെത്തി.
സദസ്സിനെ നോക്കി.
പിന്നെ ഇടറുന്ന ശബ്ദത്തിൽ ചൊല്ലി
ഗാന്ധിയെ
വധിച്ചത് ഞാനല്ല...
എന്റെ വികലചിന്തകളാണ്
ഞാനറിയാതെ,
എന്റെ വിരലുകളെക്കൊണ്ട്
കാഞ്ചി വലിപ്പിച്ചത്...
ഈ രക്തത്തിൽ
എനിക്ക് പങ്കില്ല...
കരച്ചിലടക്കാൻ
പാടുപെട്ട് അയാൾ
സദസ്സിൽ ചെന്നിരുന്നു.
ഒടുവിലത്തെ
ഗാന്ധികവിതയും കേട്ടശേഷം
അയാൾ
സുഹൃത്തിനോടു പറഞ്ഞു-
ഞാൻ, ഗോഡ്സേ, ഇന്ന്,
ഗാന്ധിഘാതകനല്ല,
ഗാന്ധിയനാണ്.

പള്ളിക്കൂടം

യാദൃച്ഛികമായി ഞാൻ
തലസ്ഥാനനഗരിയിൽ
പുത്തൻതെരുവിലെ
സത്രം സ്കൂളിലെത്തി.
അറുപതു വർഷങ്ങൾക്കു മുൻപ്
ഒന്നാം ക്ലാസിൽ
അവിടെ ഞാൻ പഠിച്ചിരുന്നു!
തക്ലിയിൽ നൂലുണ്ടാക്കി...
പിറകിൽ കൈകെട്ടി
ചാടിത്തുള്ളി
റൊട്ടി കടിച്ചു...
എഞ്ചുവടി ചൊല്ലിയത്
തെറ്റിയപ്പോൾ
നീണ്ട വിരലുകൾകൊണ്ട്
സരസ്വതിടീച്ചർ
നിക്കർ നീക്കി
തുടയിൽ പിച്ചിയല്ലോ...
നനഞ്ഞ നിക്കറുമായി
നിറഞ്ഞ കണ്ണുകളോടെ
നിന്നതോർക്കുന്നു...
സമരത്തിന്റെ ഭാഗമായി
വലിയ കുട്ടികൾ
കല്ലെറിഞ്ഞപ്പോൾ
പേടിച്ചരണ്ട് ഒതുങ്ങി

നില്ക്കുകയായിരുന്ന
എന്റെയരികിൽ
വിരലുകളിൽ പിടിച്ച്
കരച്ചിലടക്കാൻ പണിപ്പെട്ട്
സരസ്വതിട്ടീച്ചറുടെ മകൾ
കാവേരി...
പിന്നീടവൾ
കാമുകിയായി
ജീവിതസഖിയായി
ദശാബ്ദങ്ങൾ കൂടെനിന്ന്
ഒരു സ്വപ്നം പോലെ
തോന്നിച്ചു മറഞ്ഞേ പോയല്ലോ!
ഒന്നാം ക്ലാസിൽനിന്നു
ഒന്നേന്നു തുടങ്ങാനൊരു മോഹം...

കരണീയം

പ്രളയമെന്നു കേൾക്കുമ്പോൾ
ആലിലയിലെ കുഞ്ഞിനെ ഓർക്കുന്നു
കുട്ടനാടിന്റെ ഇതിഹാസകാരൻ
സൃഷ്ടിച്ച 'വെള്ളപ്പൊക്കത്തിൽ' ഓർക്കുന്നു.
പ്രളയകാലത്ത്-
മരണം മുന്നിൽ കണ്ടവരെ
സ്വജീവൻ തൃണവൽഗണിച്ച്
രക്ഷിക്കാനെത്തുന്നവർ...
ലിംഗവും മതവും പ്രായവും നോക്കാതെ
ഒരു ജനത ഒന്നിച്ചൊന്നായി
ഒരു വൻമതിലായി
പ്രതിരോധം തീർക്കുന്നത്..
ഒരേ ക്യാമ്പിലെ ഒരേ ഭക്ഷണം
ഒന്നിച്ചു കഴിക്കുന്ന
കോടീശ്വരനും പിച്ചക്കാരനും..
പ്രളയാനന്തരകാലത്ത്-
തെരുവുപട്ടികളെപ്പോലെ
കാണാത്ത എല്ലിൻതുണ്ടിനുവേണ്ടി
കടിപിടികൂടുന്ന രാഷ്ട്രീയക്കാർ...
അതിവൃഷ്ടിയാണെന്നും
മേഘവിസ്ഫോടനമാണെന്നും
ഡാമുകൾ തുറന്നതാണെന്നും
മുന്നറിയിപ്പുകളിലെ കുറവാണെന്നും

പ്രകൃതി ക്വട്ടേഷൻ ഗുണ്ടയെപ്പോലെ
പ്രതികാരം ചെയ്തതാണെന്നും
ആർത്തവാശുദ്ധകൾ
മല ചവിട്ടുമോ എന്നു വിറ(ളി) പൂണ്ട്
മലദൈവം ശപിച്ചതാണെന്നും...
പ്രകൃതിദുരന്തങ്ങൾ
മനുഷ്യനുള്ളിടത്തോളം കാലം
തുടരുകതന്നെ ചെയ്യും!
പേടിച്ചുവിറച്ച്
വികസനമുപേക്ഷിച്ച്
കാട്ടിൽ പോയൊളിക്കാൻ
ഹോമോസേപ്പിയനു കഴിയില്ലല്ലോ!

നിദ്രയില്ലാത്ത രാവുകൾ

കാണാതായ
അസംഖ്യം പേർ
എങ്ങോട്ടാണ്
പോയതെന്നോർത്തോർത്ത്
നിദ്രയില്ലാത്ത രാവുകൾ...
മരിച്ചുപോയവരെച്ചൊല്ലി
ഇനി വിലപിച്ചിട്ടെന്തു കാര്യം
എന്നു ചിന്തിക്കുമ്പോൾ
അവരുടെ ഉറ്റവരുടെ
തോരാക്കണ്ണീർ
അകക്കണ്ണുകളിൽ നിറഞ്ഞ്
നിദ്രയില്ലാത്ത രാവുകൾ....
കാണാതാകുന്ന കുട്ടികളും
സ്ത്രീകളും
മനോരോഗികളും,
മരിച്ചിട്ടില്ലെങ്കിൽ
അനുഭവിച്ചുകൊണ്ടിരിക്കുന്ന
നരകയാതനകൾ എന്തൊക്കെയാവാം
എന്നു മനസ്സു വേവുമ്പോൾ
നിദ്രയില്ലാത്ത രാവുകൾ...
ജനനത്തോടെ
കാണാതായ ചങ്ങാതി
തിരിച്ചെത്താൻ
കാലമായെന്നറിയുമ്പോൾ
നിദ്രയില്ലാത്ത രാവുകൾ...

നിദ്ര

ഉറക്കം കിട്ടാത്ത
രാവുകളെത്രയായി?
റെസ്റ്റൈക്സ് കഴിച്ചിട്ടും
ഉറക്കം അകലെ.
മുമ്പൊക്കെ
ദിവസവും പല ജോലികൾക്കുശേഷം
വൈകുന്നേരം
ടി വിയുടെ മുമ്പിലിരിക്കും.
ഒന്നോ രണ്ടോ എം എച്ചും വിഴുങ്ങി
(സർക്കാരിൽ നല്ല ശമ്പളമാണേ!)
അത്താഴം കഴിച്ച്
കിടക്കയിൽ വീഴുന്നതേ അറിയൂ...
രാവിലെ എരുമയുടെ ശബ്ദത്തിൽ
ഭാര്യ പറയും-
എന്തുറക്കമായിത്,
പോത്തും തോറ്റുപോകും!
എം എച്ച്
എത്രയടിച്ചാലും ഇപ്പോൾ
ഉറക്കം വരുന്നതേയില്ല.
ടി വിയുടെ മുന്നിൽനിന്നു
മാറാനും കഴിയുന്നില്ല.
ബിഷപ്പും ജനപ്രിയനടനും
യുവതികളും

ആർത്തവവും
(പണ്ടു പണ്ട്
ആധുനികരുടെ കാലത്ത്
കേട്ടു മറന്നതാണ്)
#Me too _വും...
ഒക്കെച്ചേർന്ന്
ഉറക്കം കളയുകയാണ്....
പിന്നെ പ്രളയദുരന്തത്തിൽപ്പെട്ടവരുടെ
ജീവന്മരണപ്പോരാട്ടങ്ങൾ
അവരെ രക്ഷിച്ചവരുടെ
ത്യാഗോജ്ജ്വലപ്രവൃത്തികൾ
അനിതരസാധാരണമായ
സമാശ്വാസപ്രവർത്തനങ്ങൾ
എവിടെയൊക്കെയോ നടക്കുന്ന
ബലാത്സംഗങ്ങൾ
കൊലപാതകങ്ങൾ
തട്ടിപ്പുകൾ
പ്രകൃതിദുരന്തങ്ങൾ
അപകടങ്ങൾ..
ഉറങ്ങാനേ കഴിയുന്നില്ലെന്നേ..
എനിക്കിന്നു
നന്നായൊന്നുറങ്ങണം.
പത്രം വായിച്ചില്ല
ടി വി കണ്ടില്ല
എം എച്ച് തൊട്ടില്ല
അധികം സംസാരിച്ചില്ല
ഉറങ്ങുന്നതിനു മുമ്പ്
ഭാര്യയെ
സ്നേഹത്തോടെ കടാക്ഷിച്ചു....
ഉറക്കം കൺപോളകളിൽ
തിടുക്കം കൂട്ടുന്നു....
ഒന്നുറങ്ങിക്കോട്ടെ!
പാതിരാവായി
എന്റെ മുമ്പിൽ,
ടി വി ചർച്ച നടക്കുകയാണ്....

സ്ത്രീപുരുഷസമത്വം-
ചില പൈങ്കിളിച്ചിന്തകൾ

സ്ത്രീ
പുരുഷനൊപ്പമല്ല.
നീട്ടിവളർത്തിയ മുടിയിൽ
മുല്ലപ്പൂമാല ചൂടിയാലോ?
സ്ത്രീ
പുരുഷനൊപ്പമല്ല.
പ്രസവവേദനയുടെ സുഖം
വിവരിക്കാൻ
അവൾക്കേ കഴിയൂ!
സ്ത്രീ
പുരുഷനൊപ്പമല്ല.
പൊതുവിടങ്ങളിൽ പുരുഷൻ
പാചകകേസരിയായിരിക്കാം,
പക്ഷേ, വീടകങ്ങളിൽ
സ്ത്രീയുടെ കരലാളനമേറ്റ
ഭോജ്യങ്ങളുടെ സ്വാദ്
കുളിരുപകരുന്നതു തന്നെയാണ്!
സ്ത്രീ
പുരുഷനൊപ്പമല്ല.
ജീവിതപ്രതിസന്ധികളിൽ
അറിഞ്ഞോ അറിയാതെയോ
വന്നുചേരുന്ന
അകമുരുക്കും ദുഃഖം

പുറത്തു കാണിക്കാതെ
വീട്ടിലും പുറത്തും
പുഞ്ചിരി തൂകാൻ
സ്ത്രീക്ക് എന്തൊരു വിരുതാണ്!
സ്ത്രീ
പുരുഷനൊപ്പമല്ല.
പുരുഷനില്ലാത്ത വീട് (നാടും)
അത്രയൊന്നും
അലങ്കോലപ്പെടുകയില്ല.
മറിച്ച്, സ്ത്രീയുടെ അഭാവത്തിൽ
വീട് (നാടും) വെറും മാലിന്യക്കൂമ്പാരം!
അതെ,
സ്ത്രീ
പുരുഷനൊപ്പമല്ല!

ഉന്നം

പ്രകൃതിയുടെ മക്കൾക്കാർക്കും
വസ്ത്രം വേണ്ട,
ഇരയും ഇണയും ഇരിപ്പിടവും മതി
പ്രകൃതിയിൽ വികൃതിയായ
ഒരു വർഗ്ഗമുണ്ട്
ഇരയും ഇണയും ഇരിപ്പിടവും
എത്ര കിട്ടിയാലും പോര,
വസ്ത്രവും വേണം!
ഈ കൊച്ചുഭൂമിയെ
വിവസ്ത്രയാക്കിയ ശേഷം
സഞ്ചാരത്തിലാണ്
അന്യഗ്രഹങ്ങളിലേക്ക്!
എങ്ങനെ
ചൂഷണം ചെയ്യാം
എന്നതത്രേ ഉന്നം!

വർത്തമാനദിനപത്രം

ചാനലുകളുടെ,
ഓൺലൈൻ മാധ്യമങ്ങളുടെ,
വരവോടെ
ആദരവു നഷ്ടപ്പെട്ട
വർഗ്ഗം.
എന്തു പുതിയ വാർത്ത
നല്കിയാലും
അതിൽ പഴമയുടെ
പൂപ്പൽഗന്ധം...
പരസ്യങ്ങളും
ഊഹാപോഹങ്ങളും നിറഞ്ഞ്
ഞെരുങ്ങി ഞെരുങ്ങി
നീർച്ചാൽ പോലെയായ
യഥാർത്ഥ വാർത്തകൾ...
ഇനി നിങ്ങളെ ഞെട്ടിക്കാൻ
നിങ്ങളുടെ ശ്രദ്ധ
തിരിച്ചുപിടിക്കാൻ
എന്താണ് ചെയ്യേണ്ടത്?

അവസ്ഥ

എന്നെ ഭൂമി കാണിച്ച
മാതാപിതാക്കൾക്കും
വിദ്യാഭ്യാസം നല്കിയ
ഗുരുനാഥന്മാർക്കും
നന്ദി പറയാൻ മാത്രം
വിഢ്ഢിയല്ല ഞാൻ!
അവർ എന്നുമെന്നെ
ചട്ടങ്ങൾ തീർത്ത്
ഒതുക്കി നിർത്തി!
അവരെ എതിർത്തതു
കൊണ്ട് ഇന്നു ഞാൻ
തെരുവുതെണ്ടിയായി
എന്നാണോ വിചാരം?
അല്ല, പാരമ്പര്യങ്ങളെ
മറികടന്നതുകൊണ്ട്
ഞാനിന്നൊരു
സ്വതന്ത്രമാനവനായി!

വസുധൈവകുടുംബകം

ഭാരതം
അതിന്റെ ദർശനംകൊണ്ട്
ലോകത്തിൽ
ഏറ്റവും മഹത്തരമെന്ന്
ചിലർ വാദിക്കുന്നു.
അതുപോലെ
തങ്ങളുടേതാണ്
മഹത്തരമെന്ന്
അവകാശമുന്നയിക്കുന്ന
എത്രയോ രാജ്യങ്ങളുണ്ട്..
പ്രകൃതിയുടെ
ഒരു ചെറുഭാഗം മാത്രമാണ്
മനുഷ്യനെന്ന തിരിച്ചറിവ്
ഇല്ലാത്തവരുടെ
ചിന്തകളല്ലേ അതൊക്കെ?
കൃഷിക്കാർ
മല കയറുകയും
തത്ത്വചിന്ത വിളമ്പുകയും
ചെയ്താലോ?
ഡോക്ടർമാർ
സ്റ്റെതസ്കോപ്പും
വിവിധതരം പരിശോധനകളും
നിർത്തിവച്ച്

കവടി നിരത്തിയാലോ?
ശാസ്ത്രജ്ഞർ
കണ്ടുപിടുത്തങ്ങളൊക്കെ നിർത്തി
പ്രാകൃതയുഗത്തിലെ
ശീലങ്ങൾ ശിപാർശ ചെയ്താലോ?
ഒരു രാജ്യത്തിലെ
കാറ്റും വെളിച്ചവും
മറ്റൊരു രാജ്യത്തിലേക്കു
കടക്കാൻ പാടില്ലെന്നോ?
മനുഷ്യൻ പിറകോട്ടല്ല
നടക്കേണ്ടതെങ്കിൽ
വസുധൈവകുടുംബകം
എന്ന ചൊല്ല്
നമുക്ക് ഹൃദയത്തിലേറ്റാം!

സ്വാമി വിവേകാനന്ദൻ പറഞ്ഞ സ്ഥലം

പ്രളയം കഴിഞ്ഞെന്നു
തോന്നിയതിനാലാവണം
മലയാളികൾ ചേരിതിരിഞ്ഞ്
ഇന്ന് തല്ലുകൂടുന്നത്.
പ്രളയകാലത്ത്
അഭിപ്രായവ്യത്യാസങ്ങളൊക്കെ
മാറ്റിവച്ച്
എല്ലാവരും ഒറ്റക്കെട്ടായി
നിന്നല്ലോ!
ഇനി മറ്റൊരുദുരന്തം
(ഭൂമികുലുക്കമോ
അണക്കെട്ടുപൊട്ടലോ
ചുഴലിക്കാറ്റോ)
എത്തിച്ചേരുംവരെ
നമുക്കു നമ്മുടെ
കലഹപരിപാടികൾ
തുടരാമെന്നേ...
മുൻപോട്ടു നടക്കണമെങ്കിൽ
വലിയ പാടാണ്.......
പിറകോട്ടു നടക്കാൻ
ഞണ്ടുകളെക്കണ്ടു പഠിച്ചാൽ മതി!
എത്ര ബുദ്ധിമുട്ടിയാലും
സാരമില്ല
നമുക്കൊത്തൊരുമിച്ച്
സ്വാമി വിവേകാനന്ദൻ
പറഞ്ഞ സ്ഥലമാക്കി മാറ്റണം
നമ്മുടെ ഈ കൊച്ചുകേരളത്തെ!

രണ്ടായിരത്തിപ്പതിനെട്ട്

നീ പടിയിറങ്ങുമ്പോൾ,
പറിച്ചു മാറ്റാനാവാതെ
മനസ്സിലിപ്പോഴും
ചോരയിറ്റി നില്ക്കുന്ന ചിത്രമുണ്ട്-
അതെ, വിശപ്പകറ്റാൻ
ഒരി പിടിയരി കവർന്ന നിസ്സഹായനെ
വിചാരണ ചെയ്യുന്ന, തച്ചുകൊല്ലുന്ന,
മനുഷ്യമൃഗങ്ങൾ!
നീ പടിയിറങ്ങുമ്പോൾ
കക്ഷിരാഷ്ട്രീയത്തിന്റെ
ജാതിചിന്തകളുടെ
മൽപ്പിടിത്തങ്ങളിൽ
ജീവിതം നിഷേധിക്കപ്പെട്ടവരുടെ
മാതാപിതാക്കൾ, സഹോദരങ്ങൾ,
ഇണകൾ, സുഹൃത്തുക്കൾ...
ഇവരുടെയൊക്കെ
കരളിലെ കെടാത്ത കനൽ
കൺമുന്നിൽ ജ്വലിക്കുന്നു!
നീ പടിയിറങ്ങുമ്പോൾ,
പ്രളയത്തിന്റെ രൗദ്രനടനത്തിൽ
സർവ്വതും നഷ്ടപ്പെട്ടവരുടെ
'ഗാന്ധാരീ' വിലാപങ്ങൾ
കാതിൽ മുഴങ്ങുന്നു!

നീ പടിയിറങ്ങുമ്പോൾ,
അന്ധവിശ്വാസത്തിന്റെ പടിക്കെട്ടുകൾ
വളരെ വേഗത്തിലിറങ്ങി
നൂറ്റാണ്ടുകൾക്കു പിന്നിലേക്കു
കുതിക്കാൻ വെമ്പുന്ന ജനതതിയെ
എവിടെയും കാണാമല്ലോ!
നീ പടിയിറങ്ങുമ്പോൾ,
പ്രളയകാലത്ത്
മനുഷ്യനെ മനുഷ്യനായിക്കാണാൻ
അരയും തലയും മുറുക്കിയിറങ്ങിയ
മനുഷ്യസ്നേഹികളുടെ ചോരയിൽ
തിളച്ചുപൊങ്ങിയ സ്നേഹത്തിരമാലകൾ
എത്ര വേഗത്തിലാണ്
തണുത്തുറഞ്ഞുപോയത്!
നീ പടിയിറങ്ങുക,
സ്നേഹത്തിന്റെയും സഹാനുഭൂതിയുടെയും
സമത്വത്തിന്റെയും ശാസ്ത്രചിന്തകളുടെയും
പുരോഗമനാശയങ്ങളുടെയും
സർവ്വോപരി
സമാധാനത്തിന്റെയും
സഹിഷ്ണുതയുടെയും
വർഷം പടികയറി വരുമെന്ന
പ്രതീക്ഷയോടെ....

ലഹരി

ഒരിക്കൽ മാത്രം ലഭിക്കുന്ന(?)
ജീവിതമെന്ന
ലഹരി ഉപേക്ഷിച്ച്
കൃത്രിമമായ
ലഹരികളുടെ പിറകെ പോയി
കൊന്നും കൊല്ലപ്പെട്ടും
അസ്തമിക്കുന്നതെന്തിന്?
ശാസ്ത്രജ്ഞർ
അടിയന്തരമായി
കണ്ടുപിടിക്കണം
ദോഷമില്ലാത്ത
ലഹരിപദാർത്ഥങ്ങൾ!

9 789389 410105

Printed by Libri Plureos GmbH in Hamburg,
Germany